# ஊன் வளர்த்தாள் உயிர் வளர்த்தாளே

# ஊன் வளர்த்தாள் உயிர் வளர்த்தாளே

குட்டி ரேவதி

Title: Oonvalarthaal Uyir Valarthaale
Author's Name: Kutti Revathi

Published by Ezutthu Prachuram

Ezutthu Prachuram
(An imprint of Zero Degree Publishing)
No. 55(7), R Block, 6th Avenue,
Anna Nagar,
Chennai - 600 040

Website: www.zerodegreepublishing.com
E Mail id: zerodegreepublishing@gmail.com
Phone: 89250 61999

Ezutthu Prachuram First Edition: June 2023
ISBN: 978-93-90053-67-4
TITLE NO EP: 438

Cover Art: Oviyar Manivannan
Layout: Vijayan, Creative Studio

பொருளடக்கம்

# 1. Black Afgano

நீண்ட நேரமாகக் காத்திருந்தும் அந்தப் பேருந்து நிலையத்தில் பேருந்து நிற்கவில்லை. முன்பே கார்த்தி அறிவுறுத்தியிருந்தான், 188 மட்டும் தான் அங்கே நிற்கும் என்று. மழை வருவதைப்போல் இருந்தது. முந்தைய முழு இரவும் மழை அடித்துப் பெய்திருந்தது. குடையுடன் தான் வந்திருந்தேன். பேருந்தில் பயணித்து நெடுங்காலமாகி இருந்ததால் என்னையறியாமல் ஒரு பதட்டம் தொற்றிக்கொண்டியிருந்தது. எல்லாவற்றிற்கும் மேல் அந்தப் பதட்டம் எதனால் என்று அறிந்ததிலிருந்து இன்னும் என்னை நிலைகொள்ளாமல் ஆக்கியது. காரணம், என்னுடன் அந்தப் பேருந்து நிலையத்தில் நின்றுகொண்டிருந்தோர் எல்லாம் பேருந்தில் ஏறிச்சென்றுவிட்ட பின்னர், அந்த இடத்தில் தனித்துவிடப்பட்டிருந்த இன்னொரு நபரிடமிருந்து வீசிய ப்ளாக் ஆஃப்கனோ நறுமணத்திரவ வாசனை தான். அது அவர் நின்ற திசையிலிருந்து அலையைப் போலப் பொங்கிப் பெருகி அவ்விடமெல்லாம் என் கழுத்துவரை நிரம்பிக்கொண்டிருந்தது. தரையில் தவ்வித்தவ்விக் கால்களை ஊன்றியபடி அந்த நறுமணத்தில் நான் திளைத்துக் கொண்டிருந்தேன். என் உடலுக்குள்ளிருந்து ஒரு காதல் எலும்புக்கூட்டை வெளியே

இழுத்துப் போடும் அத்தனை முயற்சியையும் ப்ளாக் ஆஃப்கனோ செய்து கொண்டிருந்தது. இறுதியில் ஒரு முடிவுக்கு வந்தேன். வரும் பேருந்தில் ஏறிச் சென்றுவிடுவது என்று.

அதே போல 188 பேருந்தை எதிர்நோக்காது அப்பொழுது தான் அங்கு வந்து நின்ற 15 C பேருந்தில் பாய்ந்து சென்று ஏறினேன். அந்த ப்ளாக் ஆஃப்கனோ நபரும் துள்ளிப் பாய்ந்து அந்தப் பேருந்திலேயே ஏறிவிட்டார். அவர் மேலோட்டமாக நல்லவிதமான அறிந்ததொரு புன்னகையை உதிர்த்தார். நான் கூர்ந்து கவனிக்கவில்லை. ‘என்கிட்ட இருநூறு ரூபா நோட்டு தான் இருக்கு. நீங்களே டிக்கட் எடுத்திரீங்களா”, என்றார். யார் இவர். மயக்கும் குரல். நான் ப்ளாக் ஆஃப்கனோ தாக்கத்தில் சரி என்று தலையசைத்தேன். பேருந்து நகரவும் மழையடிக்கத் தொடங்கியது. நான் இருவருக்குமாய் டிக்கட் எடுத்தேன். ப்ளாக் ஆஃப்கனோ நபரின் நறுமணம் இப்பொழுது முழு பேருந்தையும்ஆக்கிரமித்திருந்தது. பேருந்தில் அந்த வாசனைக்கு யாரும் மயங்கியதாகத் தெரியவில்லை. மழையின் ஈரப்பரவலில் அந்த வாசனைக்குப் பேருந்தில் இடமில்லை. ஆனால் அந்த வாசனையைக் கடுமையாக நுகர்ந்தேன். கிறக்கமாய் இருந்தது. காமம் உடலுக்குள் ஏறுவதை உணர முடிந்தது. கிளர்ச்சியும் எழுச்சியும் மனக்குமைச்சலாக இருந்தது. பேருந்தை விட்டு இறங்கி ஓடிவிடலாம் போல ஒரு தவிப்பும் நிறைந்தது. பேருந்தில் நிறைந்திருந்த மக்கள் கூட்டம், தனியே நம்மைச் சிந்திக்கவொட்டாத எரிச்சலைக் கொடுத்தது. நான் மீண்டும் மீண்டும் அந்த நறுமணத்திடமே என்னை ஒப்புக்கொடுத்தேன்.

பிளாக் ஆஃபக்னோவின் சிறிய பாட்டிலையும் உச்சபட்ச ஐஃபோனையும் மட்டுமே அவரின் உடைமைகள் என்று எண்ணக்கூடிய ஒரு காதலர் அவர். கேரளாவில் மதில்கள் உயர்ந்த ஒரு பெரிய ஃபைவ் ஸ்டார் விடுதியில் நான் சில நாட்கள் தங்கியிருக்க வேண்டியதாகச் சென்ற போது இதே போல் வந்து என் மீது மோதிக்கொண்டே இருந்த ப்ளாக் ஆஃப்கனோ வாசனையால் பீடிக்கப்பட்டு, ஏற்பாடுசெய்திருந்த மது விருந்திருக்குக் கூடச் செல்லாது இரவு முழுவதும்

அந்த அறையின் பக்கமே முழு கவனத்துடன் திரிந்தேன். அதிகாலையில் தன் அறையைத் திறந்து வெளியே வந்த அவர் ஓர் இசை நிகழ்ச்சிக்குத் தயாரான உடையுடன் இருந்தார். நான் ஹலோ என்று சொன்னேன். தலையசைத்தார். என்னிலும் இருபது வயதேனும் மூத்தவராக இருந்தார். ஆனால், அதுவெல்லாம் பிரச்சனையில்லை. அந்த நறுமணம் அவரிடமிருந்து காற்றில் வீசும் மகரந்தத்தூள்கள் போல வீசின. நான் ஒரு தக்கையைப் போல அவர் பின்னாலேயே சென்றேன். அவர் நான் தொடர்வதை உணர்ந்தவர் போல திரும்பிப்பார்த்து அதே புன்னகை. அந்தப் புன்னகை அவருடையது அல்ல. அந்த நறுமணத்தின் உடையது. 'நான் உங்கக்கூடப் பேசனும்', என்றேன்.

'ஈவ்னிங்?' என்று சொல்லிவிட்டு ஏதோ யோசித்தவர், 'ஏழுமணிக்கு மேல ரூம் காலிங்பெல் அழுத்துங்க', என்று சொல்லிவிட்டு இன்னும் வேகமாக நடந்தார். முழு பகலும் தூங்கினேன். கனவிலும் அவர் உருவம் நீல நிற ஊளைக்காற்றினிடையே பொம்மையைப் போல வானிலிருந்து தொங்கி ஊசலாடியது. எழுந்து முகம் கழுவி, அறைக்கே உணவை வரவழைத்து உண்டுவிட்டுக் காத்திருந்தேன். சரியாக ஏழு மணிக்கு அவர் அறை முன் சென்று அழைப்பு மணியை அழுத்தினேன்.

'வாங்க. என்ன சாப்பிடுறீங்க. டின்னர் ஆர்டர் பண்ணப்போறேன்', என்றார். 'நான் இப்பத்தான் சாப்பிட்டேன்', என்றதும் 'அப்ப கொஞ்சமாய் ஒயின். சாப்பிட்டீங்கன்னா திரும்பப் பசிக்கும்', என்றார். தலையசைத்தேன். அறையில் நிதானமான ஒளி. படுக்கையறையும் குளியலறையும் ஒன்றையொன்று பார்த்துக்கொள்ளும் படியான கண்ணாடிச் சுவரினால் பிரிக்கப்பட்டிருந்த, என் அறையை விட கொஞ்சம் உயர்வான வசதிகள் கொண்ட அறை. அறை முழுவதும் ப்ளாக் ஆஃப்கனோ. 'சொல்லுங்க, என்ன விசயம்?', என்று கேட்டார். மனதிற்குள் ஆங்காங்கே ஏதோ சொல்ல முயன்று, 'ம். உங்க வசீகரத்தால ஈர்க்கப்பட்டேன்', என்றேன். புன்னகைத்தார்.

உரையாடத் தொடங்கி, நாட்களாய்த் தொடர்ந்து, அறையைக் காலி செய்யவேண்டிய நாட்களும் தாண்டித் தொடர்ந்து நீட்டித்துக் கொண்டு தங்கியிருந்தோம். காதல் தான். ஆனால் அதற்கு மேல் நீட்டிக்க, திருமணம் செய்துகொள்ளவோ, ஓர் உறவாக்கிக்கொள்ளவோ வாய்ப்பிருக்கிறதா என்று யோசித்தோம். எல்லாம் ப்ளாக் ஆஃப்கனோ செய்த மாயம்.

சேர்ந்தே உண்டோம், சேர்ந்தே உறங்கினோம். எப்பொழுதோ ஒருவரையொருவர் விலகிச்செல்லவேண்டும் என்ற மன அழுத்தம் பின் மூளையில் இருந்ததால், சேர்ந்து இருப்பதிலும் ஒரு சலிப்பில்லாத மனநிலை. உரையாட உரையாடப் புதிய புதிய விடயங்கள் ஊற்றெடுத்தன. எப்பொழுதாவது காமம் தீண்டியது. கலவியால் நிரவிக்கொண்டோம். என் ஊரிலிருந்து அழைப்பு வந்தது. என் அப்பா உடல் நலமில்லாமல் இருக்கிறார் என்று. நான் கிளம்பிச்செல்லவேண்டியிருந்தது. அவரிடமிருந்து பிய்த்துக்கொண்டு கிளம்பினேன். என் அப்பா உடல் நிலை சரியில்லாமல் மருத்துவமனைக்குக் கொண்டு செல்லப்பட்டு அங்கே இறந்து போனார். துயர் நிரம்பிய கதை.

அதற்குப் பின் அவரைச் சந்திக்கவே இல்லை. சில முறைகள் பேசிக்கொண்டோம். ஏதோ பொருந்தாத உணர்வுகள் எல்லாம் என் மூளைக்குள் நுழைந்து பிராய்ந்து கொண்டிருந்தது. எல்லாமே என் தந்தை மரணம் தொடர்பானது. அதைச் சரிசெய்யும் வரை, என் மனம் எதிலுமே ஈடுபடுத்திக்கொள்ளாமல் தவித்தது.

மழைச் சாரல் அடிக்க பேருந்தில் எல்லோரும் ஜன்னல்களை மூடினர். இன்னும் அதிகமாய் ப்ளாக் ஆஃப்கனோ வாசனை பரவி மனதைக் குமைத்தது. நான் நடத்துனர் இருக்கையை ஒட்டிய இடைவெளியில் நுழைந்து பேருந்தின் சுவரில் சாய்ந்து நின்றேன். எல்லோருக்கும் பயணச்சீட்டு கொடுத்துவிட்டு வந்த நடத்துனர் என்னை அவர் இருக்கையை ஒட்டிப்பார்த்ததும் கடுப்பானார். 'நான் எப்படி உக்காரதாம்?', என்றார். நான் அதே இடைவெளி வழியே வெளியே வந்து கூட்டத்துடன் கலந்து கொண்டேன். ப்ளாக் ஆஃப்கனோ நபர் அங்கே கூட்டத்தில் எங்கே இருக்கிறார் என்று தேடமுடியவில்லை. நெரிசல்.

பேருந்து எங்கெங்கோ சென்று நாங்கள் இறங்கவேண்டிய நிறுத்தம் வந்ததும் நெரிசலூடே இறங்கினோம். அவர் இருப்பும் என்னோடே நகர்ந்தது. அதற்குள் அடுத்த பேருந்து நல்வாய்ப்பாக வந்துவிட, ‘ஏறிவிடுவோம்’, என்று என்னை உந்த நான் மழையில் நனையவேண்டிய அவசியமின்றி ஏறிவிட்டேன். ‘இப்ப நானே டிக்கட் எடுத்துரேன்’, என்றார். தலையசைத்தேன். ஆனால், அந்த வண்டியில் பெண்களுக்கு டிக்கட் இல்லை என்பதை வாங்கிய பின்பே உணர்ந்ததாகச் சொல்லி என்னிடம் ஒரு டிக்கெட்டைக் கொடுத்துவிட்டு பின்னிருக்கைகளுக்குப் பின்னால் சென்று அமர்ந்தார் என்பதைக் கவனித்தேன். அவர் பின்னாலேயே அந்த கஞ்சாவும் வியர்வை ஊறிய வாசனையும் கலந்த கிறக்க வாசனை வால் போல நீண்டு சென்றது. கஞ்சாவின் வாசனை, ப்ளாக் ஆஃப்கனோவின் அடிப்படையான வாசனைகளில் ஒன்று.

ஐந்து ஆண்டுகளுக்கு மேல் இருக்கும். என் ப்ளாக் ஆஃப்கனோ காதலரைச் சந்தித்து என்று நினைத்துக்கொண்டேன். மழை ஓயத்தொடங்கியிருந்தது. இந்தப்பேருந்தில் எல்லோரும் சாரல் விரும்புபவர்களைப் போல, ஜன்னல்களைத் திறந்து வைத்திருந்தார்கள். உண்மையிலேயே அந்த வாசனை அந்தப் பயணத்தின் அலுப்பையும் சலிப்பையும் பொருட்படுத்தாததாக்கியது. இம்மாதிரியான பயணங்கள் எல்லாம் சலித்துப்போன வாழ்க்கை முறையைக் கொண்டிருப்பவர்களுக்குத்தான். எனக்கோ அன்று ஒரு மாய உலகின் வாகனத்தில் ஏறியதைப் போல மெய்மைக்கும் நினைவிற்கும் இடையே ஊர்ந்து செல்வதைப் போல ஒரு தீவிர நிலை.

மீண்டும் மீண்டும் சந்திக்கவேண்டும் என்று ப்ளாக் ஆஃப்கனோ காதலர் அழைத்துக்கொண்டே இருந்தார். அவருக்குப் பெயர் இல்லை. அவர் பெயரே ப்ளாக் ஆஃப்கனோ தான் அவர் மேசையில் இரண்டே இரண்டு பொருட்கள் தாம் இருக்கும். ஒன்று அவருடைய மொபைல் ஃபோன்; இன்னொன்று, சின்னஞ்சிறிய அவருடைய ப்ளாக் ஆஃப்கனோ நறுமண திரவக்

குப்பி. கன்னங்கரேன்ற நிறத்தில் பாட்டிலில் அடைபட்டிருக்கும் பரந்த நிலத்தின் வாசம். ஒரு முறை அவர் குளிக்கச் சென்றிருந்த போது தொங்கி அசைந்து கொண்டிருந்த அவருடைய சட்டையின் மீது முகம் புதைத்துத் திளைத்தேன். அவர் உடலுக்குள் நுழைந்து திளைத்த அதே திகைப்பு. அவருடனான காமத்தை விவரிப்பது சுலபமில்லை. எப்படி வாசனையை எழுத்தின் வழியே பரப்பமுடியாதோ அதே போல் தான். அது வாசனையின் தொடர்ச்சியாகத்தான் இருக்கும். வாசனை தான் தொடக்கம் அங்கிருந்து முயக்கம் கொள்வதைத் தொடங்குவதும் தொடர்வதும் ஒரு வீர்யமான நம்பிக்கையைக் கொடுக்கும். இல்லையென்றால், ஓர் ஆணுடன் கலவி கொள்ள என்ன தேவை என்று எனக்கே சலிப்பாக இருக்கும்.

நாங்கள் ஒருவருக்கொருவர் நெருக்கமாய் இருந்தோம். ஒருவரிடமிருந்து வெகு தொலைவில் இருந்தோம். வாசனை பாலமாக இருந்தது. என் தந்தையின் மரணத்திற்குப் பின் ஏதோ பித்துப்பிடித்த மனநிலையும் சூழலும் சுழன்று சுழன்று வீசியது. நீண்ட நெடிய துயரின் இருளில் நுழைந்துவிட்டதைப் போல் தட்டுத்தடுமாறி நடந்து கொண்டே இருந்தேன். அவர் அழைத்து நலம் விசாரிப்பார், ஆறுதல் சொல்லுவார். இத்தனைக்கும் ஒரு முறை ஃபோன் வழியாகவே நிகழ் நிலை உறவு கூடக் கொண்டோம். எதுவுமே என்னை ஈர்க்கவில்லை. ஏனெனில், அங்கே அந்த வாசனையே இல்லை. வாசனை இல்லாமல் அவரை எனக்குத் தெரியவில்லை.

அவருடைய உறவு உண்மையானது. ஆற்றில் கரையாதது போல நீண்ட காலத்திற்கு நெஞ்சில் நிறைந்திருப்பது. நான் அவருக்குப் பிறகு யாரையும் ஏறெடுத்தும் பார்க்கவில்லை. யாருமே என் மனதிற்குத் தேவைப்படவில்லை. அந்த அளவிற்கு முழுமையானதும் தூய்மையானதுமான துய்த்தல்கள். அவரே என்னைத் தேடி வருகிறேன் என்று சொன்னபோதும் நான் மறுத்துவிட்டேன். எனில் நீயேனும் கிளம்பிவா என்று சொன்னதற்கும் மறுத்துவிட்டேன். இமைப்பொழுது கூட என்னால் என் தந்தையை மறக்கமுடியாத நாட்கள் அவை.

காமமும் காதலும் அர்த்தமற்றுப் போய் ஒரு மரணத்தின் வழியே நிலையாமையைச் சொல்லிச் சொல்லிக் காண்பித்த வாழ்க்கை. ஒரு பேருந்து நிறுத்தம் வரவும் நான் தற்செயலாய் பின்பக்கம் திரும்பினேன். ப்ளாக் ஆஃப்கனோ நபர், அந்தப் பேருந்திலிருந்து பின் பக்கப் படிகள் வழியே இறங்கப்போனவர், என்னைப் பார்த்துக் கையசைத்துப் புன்னகைத்தார். அந்தப் புன்னகை யாருடையதுமில்லை. அதே ப்ளாக் ஆப்ஃகனோ காதலருடையது தான். சட்டென்று நான் இருக்கையிலிருந்து எழுந்து தொலைதூரம் மறைந்து சென்ற அந்த உருவத்தைப் பேருந்தின் பின் பக்கக் கண்ணாடி வழியே பார்த்தேன். பரபரவென்று மொபைல் ஃபோனில் அழைத்தேன். அவர் சிரிப்பொலி கேட்டது. ‘எனக்கு திடீரென்று உன்னைப் பார்க்கவேண்டும் போல் இருந்தது!’, என்று சிரித்தபடியே சொன்னார்.

# 2. ஏழு கன்னிமார்

சிவப்பி தன்னுடைய கூந்தலில் வாடி ஒட்டியிருந்த மல்லிகைப்பூக்களை உதிர்த்துவிட்டாள். இன்னும் சரியாக விடியவில்லை. திருமணச்சடங்கு எல்லாம் முடிந்து இப்பொழுது தான் தன் கணவன் இருளனுடன் முழுதாக வாழத்தொடங்கியிருக்கிறாள். இன்பத்தை விட அதிகமான உணர்வு அவள் உடலிலெல்லாம் ஒட்டியிருந்தது. இந்நேரம் தன் அப்பா ரைஸ் மில் வேலைக்குச் சென்றிருப்பார். தங்கை, ஒரு மூலிகை வனத்தை மேற்பார்வை செய்கிறாள். இங்கிருந்து மூன்று மணி நேரம் தான் பயணம். என்றாலும் அவர்களும் தானும் வேறு வேறு பூமியில் வாழும் உணர்வு சுரக்கத்தொடங்கிவிட்டது. என்னதான் அப்பா, அடிக்கடி வந்து போம்மா என்று சொன்னாலும் அப்படியெல்லாம் கிளம்பிச் சென்றுவிட முடியாத தூரம் தான் என்று தனக்குத் தானே எண்ணிக்கொண்டாள். சிக்கலான முடியினைக் கோதி சிக்கலெடுத்த படியே சூழலை நோட்டமிட்டாள். ஆங்காங்கு மனித நடமாட்டம் இருந்தாலும் குடிசைகள் இருளில் உறைந்திருந்தன. இங்கு எல்லோருமே தன் கணவனைப் போல சூளை வேலைக்குச் செல்பவர்கள் தான். கொஞ்ச தூரம் நடந்து பார்த்துவரலாம் என்று எண்ணி வாசலில் இருந்த

பானையின் மீது இருந்த மூடியை விலக்கினாள். நீரில் தன் முகம் பளிச்சென்று தெரிந்தது. அப்பொழுது தான் அவளுக்கு முந்தைய நாள் கண்ட கனவு நினைவுக்கு வந்தது. தான் உயரமான மரத்தில் கட்டப்பட்டிருந்த ஊஞ்சலில் தனியே ஆடிக்கொண்டிருந்தாள். உயரமென்றால் அசாதாரணமான உயரம் தான். ஏறத்தாழ வானின் உயரத்திலிருந்து தொங்குவது போன்ற தனிமையான வெளி. தனியே ஆடிக்கொண்டிருந்தவள் திடீரென்று எங்கே மறைந்தாள், வீழ்ந்துவிட்டாளா என்று தெரியவில்லை. ஊஞ்சல் மட்டும் தனியே ஆடிக்கொண்டிருந்தது. நீரின் பரப்பில் தெரிந்த தன் முகத்தின் பிம்பத்தைக் கலைத்து நீரைக் கோரி முகத்தில் தெளித்துக் கழுவிக் கொண்டாள். குடிசையில் திரும்பிப் பார்த்தாள். இன்னும் இருளன் தூங்கிக்கொண்டிருந்தான்.

ஏரிக்கரையை ஒட்டிய மேட்டில் புறம்போக்கு நிலத்தில் உறைந்திருக்கும் இருளர் குடியிருப்பு. அப்படியே நடக்கத்தொடங்கினாள். ஒரு குடியிருப்பிலிருந்து வெளியே வந்த மாரி தலையைச் சொரிந்தபடியே, ‘என்ன இந்த நேரத்துக்கே புதுப்பொண்ணு வெளிய போற’, என்று கேட்டுவிட்டுப் பதிலுக்குக் காத்திராமல் குடிசைக்குள் மறைந்துவிட்டாள். பதிலாய் ஒரு புன்னகை உதட்டில் ஒட்டிக்கொண்டிருந்ததை நீண்ட நேரம் கழித்து தான் உணர்ந்தாள். இது ஒரு விடுதலை அல்லது புதியதாக இன்னொரு வாழ்க்கை. ஏரிக்கு நீர் எடுக்கச் சென்ற அம்மா அப்படியே சேற்றில் புதைந்து போய் மூழ்கிப்போனாள். தனக்கு அப்பொழுது ஐந்து வயது. அது முதல் அப்பா தான் தன்னையும் தங்கையையும் வளர்த்துப் பாதுகாத்தார். பருவம் எய்தியது முதல் எப்பொழுதும் ஒரு பாரம். அப்பாவிற்குத் தான் ஒரு சுமையாக இருக்கிறோமோ என்று மனம் ஒரு பக்கமாய் இழுத்துக்கொண்டே இருந்தது. சிலர் தன்னைப் பெண் கேட்டுவந்தும், அந்த ஊர்த்தலைவரின் மகன் செல்வத்தைத் தனக்கு நிறைய பிடித்திருந்தும் ஏனோ அந்த ஊரிலேயே வாழவேண்டாமென முடிவு செய்தாள். அந்த ஊரின் கரையில் இருந்த பெரிய வறண்ட ஏரி, பார்க்கும்போதெல்லாம் மனதில் வெறுமையை நிரப்பிக்

கொண்டே இருந்தது. அம்மாவின் நினைவு மிக மங்கலாகவும் அவள் மீது வீசும் வாசனை மிகத் தெளிவாகவும் இருக்கும். இப்பொழுது அந்த வாசனையை உணர்ந்தாலும் குலுங்கிக் குலுங்கி அழவேண்டும்போல இருக்கும். எங்கிருந்தோ சில சமயங்களில் அந்த வாசனை வீசி வரும். அல்லது, பழைய துருப்பிடித்த டிரங்குப் பெட்டியில் இருக்கும் அவளுடைய பச்சைப் புடவையை எடுக்கும் போதே முகரத்தோன்றி வாசனை ஈர்க்கும். அப்பாவும் தங்கையும் அருகில் இல்லாத போது தான் அந்தப் பெட்டியைத் திறந்து பார்ப்பாள். அம்மா அணைத்துக்கொண்ட தொடு உணர்வு அவ்வப்பொழுது கசகசக்கும். இதனாலேயே எங்கு இருந்தாலும் கண்ணின் பார்வையிலினின்று மறையாத வறண்ட ஏரி இருக்கும் ஊரை விட்டுச் சென்றுவிட வேண்டும் என்ற வேகம் சிவப்பிக்குள் இருந்துகொண்டே இருந்தது.

இந்தப் புளியூரும் ஏரிக்கரை மீது தான் இருந்தது. ஆனால், ஏரி பார்வையில் படாது. அதுமட்டுமன்றி ஏரியைச் சூழ்ந்து புதர்கள் மண்டிக்கிடந்து புதிய தோற்றத்தை அணிந்திருந்தது. நடந்தவள் சில புளிய மரங்களினூடே நடந்து அந்தப் பாதையின் எல்லையை அடைந்திருந்தாள். இருள் விலகத் தொடங்கியிருந்தது. அருகே ஒரு மாமரம் பூக்களுடனும் பிஞ்சுகளுடனும் காய்களுடனும் செழிப்பாக வளர்ந்து என்னைப் பார், என்னைப்பார் என்று திமிர்ந்து நின்று கொண்டிருந்தது. கொஞ்சமாய் எக்கிக் கையை நீட்டினால் ஒரு மாங்காயைப் பறித்துவிடலாம் என்ற நிலையில் பாதையிலிருந்து விலகி எக்கி ஒரு கிளையைப் பற்றி அதன் நுனியில் தொங்கிய மாங்காயைச் சரியாகப் பறிக்கவும் பின்னணியில் யாரோ இருளுக்குள் மறைவதை உணர்ந்து அங்கும் இங்கும் தேடினாள். யாருமில்லை. கொஞ்சமாய் வியர்க்கப் புடவை நுனியால் கழுத்தை ஒற்றிக்கொண்டு மாங்காயிலிருந்து பால் வடிய வேகவேகமாக நடந்து தன் வீட்டிற்குத் திரும்பினாள்.

நெத்திலிக் கருவாடும் மாங்காயும் சேர்த்துக் குழம்பு வைத்துவிட்டு சோற்றை இருளன் முன் உள்ள அலுமினிய

வட்டிலில் வைத்தாள். இருளன் அவள் கண்களையே பார்த்துக் கொண்டிருந்தான். அவளுக்கும் இருளனுடைய குறுகுறு நேரடியான பார்வை பரவசத்தைக் கொடுக்க, வெட்கத்துடன் இருளனைத் தோளில் இடித்து, 'சாப்பிடுங்க', என்று சொன்னாள். குரல் பெரிதாக வெளியே வரவில்லை. அவளைப் பார்த்தபடியே சோற்றைப் பிசைந்து அவள் வாயில் ஊட்டினாள். முதலில் தயங்கியவள், வாயில் வாங்கிக்கொண்டாள். அவள் வெட்கத்தில் இருவரின் முகங்களும் சிவந்தன. தன் இடது கையை அவள் தலையின் பின்னால் கொண்டு சென்றவன் அப்படியே அவளை இழுத்து அவள் உதட்டில் இருந்த சோற்றுப்பருக்கைகளுடன் தன் உதட்டை வைத்து அழுத்தி முத்தமிட்டான். சிவப்பியும் இணங்கினாள்.

'எவ்வளவு நேரம் ஆகும் வர', வாசலில் நின்று வேலைக்குக் கிளம்பிச் செல்ல இருந்த இருளனின் கண்களைப் பார்த்தபடியே கேட்டாள்.

'வேண்டாம்னு சொல்லு. போகல.'

சிவப்பி சிணுங்கினாள். 'சாப்பாட்டுக்கு என்ன செய்ய? ஒன்னுக்கு ரெண்டு வயிறு இல்ல?'

'வரதுக்கு அஞ்சு மணி ஆகிடும். காத்திருக்காத. சாப்பிட்டுரு. வந்ததும் வராததுமா கிளம்பி பக்கத்து ஊரு சந்தைக்குப் போயிட்டு வருவோம்.

'யாருமே இல்லயா. பொருள்னு எதையும் வாங்கி வச்சது இல்ல'

சிவப்பி மென்மையாய்த் தலையசைத்தாள்.

அவன் நடந்து செல்வதையே பார்த்துக் கொண்டிருந்தாள். சாலை எல்லை வரை சென்றவன் திரும்பிப் பார்த்துவிட்டுப் புன்னகைத்தபடியே மறைந்தான்.

அதே சாலையை ஆறு மணி வரை பார்த்துக்கொண்டிருந்தவள், பக்கத்துவீட்டு மாரியிடம் சென்று சொன்னாள். 'அக்கா இன்னும் அவரு வீட்டுக்கு வரல'. மாரி இப்பொழுதும் தலையைச் சொரிந்து கொண்டிருந்தாள். யோசித்தவள், 'எப்பவும் பொழுது

மூடுறதுக்குள்ள வந்துருவானே. வீடு உண்டு வேலை உண்டுன்னு தான் இருப்பான்', இழுத்தவள், 'சரி இரு வரேன். அவன் கூட சூளைக்குப் போற முத்து வந்துட்டானான்னு பாக்குறேன். ஏய் முத்து', என்று சத்தமாக அழைத்தாள். அப்பொழுது முத்து, இருளன் மறைந்த பாதையின் வழியாக ஒரு பழைய சைக்கிளை வேகவேகமாக மிதித்துக் கொண்டு வந்தவன், 'இருளனப் போட்டு அடிஅடின்னு அடிக்கிறாரு முதலாளி', மூச்சுவிட்டுக் கொண்டவன், 'அவரு பணத்த திருடிட்டானாம்', அவன் சொல்லி முடிப்பதற்குள், 'எங்க எங்க. என்னைய கூட்டிட்டுப் போங்க', என்று அவன் சைக்கிளில் ஏறி அமர்ந்தாள் சிவப்பி. ஒரு கணம் யோசித்த முத்து, வண்டியை அழுத்தித் திருப்பி அதே பாதையில் வேகமாக பெடலை இயக்கினான்.

சூளையில் யாருமே இல்லை. ஒரு மேசையின் முன்னிருந்த நாற்காலியில் அமர்ந்திருந்த முதலாளி தங்கராஜ் சிகரெட் புகைத்துக் கொண்டிருந்தான். அவர் முன்னே சுருண்டு படுத்துக் கிடந்தான், இருளன். உடலெல்லாம் அடிவாங்கி இரத்தமூறிச் சட்டையில் இரத்தக் கறைகளாய் இருந்தன. கண்டதும் அலறிக்கொண்டு ஓடி வாரி அவனைத் தூக்கினாள். அவன் முகத்தை நோக்கினாள். உதடெல்லாம் கிழிந்திருந்தது. அவர்கள் கண்கள் மோதிக்கொண்டதும், இருளனின் கண்கள் தாழ்ந்தன. கைத்தாங்கலாய் சிவப்பியும் முத்துவும் கூட்டிக்கொண்டு வந்து ஒரு ஆட்டோவில் ஏற்றினார். ஆட்டோக்காரன் இதையெல்லாம் நன்கு அறிந்திருந்தவன் போல, வண்டியை ஓட்டிக்கொண்டே பேசிய படியே வந்தான்.

'அவன மனுசனா. இதுமாதிரி எத்தனை பேர அபாண்டமா நாசம் பண்ணியிருக்கான். அவன் வீட்டுல ஒரு நாய் இருக்கும்மா. தினமும் ரெண்டுகிலோ ஆட்டுக்கறி வாங்கிப்போடுவான். எதுக்குன்ற. எப்பல்லாம் வெறி பிடிக்குதோ அப்பனும் அவன் மவனும் அந்த நாயைப் போட்டு பெல்ட்டால அடிஅடின்னு அடிப்பானுங்க. வீட்டுல ஒரு பொம்பள இல்லன்னு எல்லாரும் சமாதானம் சொல்வாங்க. அந்தப் பொம்பள ஒரு அப்பாவி. அவளயும் இப்படித்தான் அடிச்சுக்கொன்னுருப்பானுங்க, படுபாவிங்க. திருடிட்டான்னு சொல்லி போலீசுக்கிட்ட

ஒப்படைக்காம இருந்தானுங்களே நிம்மதிப்பட்டுக்கம்மா. அப்புறம் உன் புருசன பாக்குறதுக்கு ஒரு ஜென்மம் ஆகிடும்'.

சிவப்பி, தலையை இருளனுக்கு எதிர்ப்புறம் திருப்பிக் கொண்டாள். அவள் கண்களிலிருந்து கண்ணீர் வழிந்து கொண்டே இருந்தது. ஏனோ அவளுக்குத் தன் அப்பாவை உடனே பார்க்கவேண்டும் போல் இருந்தது. கத்திக் கத்தி அழவேண்டும்போல் இருந்தது. தெரிந்தால் பதறிவிடுவார். ஓடிவந்துவிடுவார். தெரியாமல் பார்த்துக் கொள்ளவேண்டும். தினமும் அவர் வேலைக்குச் சென்றால் தான் தன் திருமணத்திற்கான கடனை அடைக்கமுடியும். அப்பா வேலை பார்க்கும் மில் முதலாளி, கொஞ்சம் நல்லவர் தான். ஆனால் கொடுத்த கடனை அடைக்கும் வரை கடுகடுவென்று இருப்பார். தங்கை திருமணத்திற்கும் இப்படியே தான் கடன் வாங்கிச் செய்யவேண்டியிருக்கும். சிவப்பியின் மனதில் வானின் உயரத்தில் அந்த ஊஞ்சல் தனியே ஆடியது. அலம்பி அலம்பி நின்றது.

இருளனுக்குக் காய்ச்சல் வந்து வந்து சென்றது. படுத்த படுக்கையானான். வெளிப்படையான காயங்கள் ஆறிவிட்டன. ஊமைக்காயம் ஆறவே இல்லை. ஊமையாகிச் சிலை போல இருந்தான். ஏனோ அவனால் சிவப்பியை நேருக்கு நேர் பார்க்கவே முடியவில்லை. கட்டிக்காத்திருந்த ஆண்மையைத் தொலைத்தவன் போல உறைந்திருந்தான். சிவப்பி அவனைத் தொடச் சென்றால், இறுக்கமாய் இசையாமல் அமர்ந்திருந்தான். முத்து, வெளி ஊரிலிருந்து மருத்துவச்சியை அழைத்து வைத்தான். நாடியைப் பார்த்தவள், 'அச்சம் தான்ம்மா. உடம்புல ஒன்னும் இல்ல. கன்னிக்குப் பொங்கல் வை. எல்லாம் சரியாயிரும்'. சில மூலிகைகளைக் கல்வத்தில் போட்டு அரைத்து நீரில் கரைத்து இருளனைப் பருகச் செய்தாள். அருகே இருந்த, வேப்ப மரத்தடியில் கொஞ்ச நேரம் அமர்ந்திருந்தாள். அவள் அமர்ந்திருக்கிறாளே என்று எதிரிலிருந்த நிழலில் முத்துவும் சைக்கிளுடன் அமர்ந்திருந்தான். மருத்துவச்சி எழுந்து வர, முத்து சைக்கிளில் அவளை அமரச் செய்து மிதிக்கத்

தொடங்கினான். குடியிருப்பிலிருந்து வெளியேறும் அந்தப் பாதையில் நடந்து வலது பக்கமாய்த் திரும்பினால், பல வேப்ப மரங்கள் அடர்ந்த பகுதியில் சருகுகளுக்கு இடையே புதர்களுக்கு இடையே ஏழு கன்னிமாரும் உறைந்திருந்தனர். சிவப்பி, அந்த இடத்தின் சருகுகளை எல்லாம் விலக்கித் தூய்மை செய்யத் தொடங்கினாள். பானையில் நீரள்ளி வந்து அந்த இடத்தில் தெளித்தாள். அம்மாவின் புடவையைக் கொண்டு வந்து அந்த ஏழு செங்கற்கள் முன்னே மடிப்பு கலையாமல் படைத்தாள். அவள் கண்களிலிருந்து நீர்த்துளிகள் புடவை மீது விழுந்ததை அவள் மறைத்துக்கொண்டாள்.

ஊர்மக்கள் கூடிவிட்டனர். இந்தத் திருவிழா, இருளனுக்காகவே ஏற்பாடு செய்யப்பட்டிருந்தது. ஒரு சிறுபானையில் வெல்லம் சேர்த்த பொங்கலைச் செய்து படையலிட்டிருந்தனர். பூசாரி பெரிய கற்பூரம் ஏற்றிக் கன்னிமார்களுக்குக் காட்டிவிட்டு, சிவப்பியிடம் நீட்டினார். சிவப்பி அமைதியாக இருந்தாள். பூசாரி இருமாலைகளை எடுத்து இருவருக்கும் அணிவிக்க, கூட்டத்தில் இருந்த இளம்பெண் மாலா கன்னிமார் பாடலொன்றைப் பாடத்தொடங்கினாள். சரியாக அப்பொழுது, தங்கராஜூம் அவனுடைய மகனும் அங்கே வந்தனர். அவர்கள் வந்தது எல்லோரையும் தர்மசங்கடத்திற்குள்ளாக்கினாலும் குறும்பானதொரு புன்னகையை தங்கராஜூம் திலகனும் ஒருவருக்கொருவர் வீசிக்கொண்டனர். மாலா பாடிமுடிக்க, சிவப்பிக்கு அருளேறியது. ஆவேசமாக அவள் அங்கும் கூட்டத்தில் அலைமோதினாள். சொற்கள் அவள் வாயிலிருந்து துடிப்பாய் வெளியேறின. தங்கராஜூம் திலகனும் எந்தச் சலசலப்பும் இல்லாமல் அங்கே இருந்து மெல்ல நகர்ந்தனர். மாரி தான் சென்று அவளை வாரி அணைத்துக் கொண்டாள். அவளை அமைதியாக்கினாள். பின் எல்லோரும் ஏதும் நடவாதது போல் வேப்ப மரத்தின் கீழே படர்ந்த குளிர்மையான நிழலில் வாழை இலைத்துண்டுகளில் பொங்கலை வைத்துச் சாப்பிடத்தொடங்கினர். யாரும் ஒருவருடன் ஒருவர் எதுவுமே பேசிக்கொள்ளவில்லை.

அடுத்த நாள் விடிந்ததும் விடியாததுமாக, சிவப்பி ஒரு கோணிப்பையும், கடப்பாரையும், கவைக்கோலும், எடுத்து வைப்பதைப் பார்த்த இருளனுக்கு என்னவோ போலிருந்தது.

'வேணாம் சிவப்பி. நானே வேற சூளைக்கு வேலை தேடிப்போறேன். முத்து பாத்துச் சொல்றேன்னு சொன்னானில்ல'

'வேற எங்க நீ வேலைக்குப் போனாலும் அவங்க துரத்தி வந்து அடிப்பாங்க. சாதிக்காரனுங்க மனசுல வன்மம் பூஞ்சை மாதிரி ஒட்டி இருக்கும்.'

'இல்ல சிவப்பி. உங்க அப்பாக்கிட்ட உன்ன கஷ்டப்படுத்த மாட்டேன்னு சத்தியம் பண்ணித்தான உன்னை கல்யாணம் பண்ணியிருக்கேன்'

'நாம இருளரா பொறந்தது கொடுப்பினை. வானத்தையும் பூமியையும் நினைச்சி வாழ்ந்தா போதும். அது நம்மளக் காப்பாத்தும். உன்னை இரத்த வெறில அடிச்ச ஆளுக்குத் தெரியாது, நாம பணத்த வச்சி ஒன்னும் செய்யமாட்டோம்ன்னு'

'பாம்பு பிடிச்சிருவியா?'

'என் அப்பா பாம்புதான பிடிச்சிக்கிட்டு இருந்தாரு. இப்பத்தான் இந்த மில் வேல. சில தடவ போயிருக்கேன். பாவாடை சட்டை போடுற வயசுல'

சிவப்பி சிரிக்கிறாள். இருளனும் சிரிக்கிறான். 'பாவாடை சட்டை வயசில நீ எப்படி இருந்த சிவப்பி. எங்க இருந்த. என்னை நினைச்சிப்பாத்தியா'

சிவப்பி அதே பழைய வெட்கத்துடன் சிரிக்கிறாள். 'நானா.. இன்னும் ஒடிசலா இருந்தேன். ஆனா முகம் அப்படியே நடிகை சிம்ரனில்ல. அவங்க கறுப்பா இருந்தா எப்படி இருக்கும் அது மாதிரின்னு வச்சுக்கயேன்'

'நீ இப்பவும் என் சிம்ரன் தான சிவப்பி'

சட்டென்று ஓடி, சிவப்பி இருளனின் மார்பில் விழுந்து அவனை அணைத்துக் கொள்கிறாள்.

வெயில் சுட்டெரித்தது. வயல்வெளிகள் எல்லாம் வறண்டு கட்டாந்தரையாகக் காய்ந்து கொண்டிருந்தன. காலையில் நீராகாரம் குடித்தது போதும் என்று நினைத்தால் பசி வயிற்றைச் சுருட்டி இழுத்தது. கோணிப்பையில் ஒரு மாங்காய் வைத்திருந்தாள். அதைக் கடித்துத் தின்னத் தொடங்கினாள். ஊர்கள் வெயிலில் உறங்கிக்கொண்டிருக்க, ஊரோரமாக இருந்த குழாயைத் திறந்தால் நீர் வந்தது. குடித்துக்கொண்டாள். முகத்தைக் கழுவிக் கொண்டு வயல்களின் மத்தியில் அடர்ந்திருந்த புதர்ப்பகுதியை நோக்கி நடந்தாள். அந்தப் புதரினூடே கூர்மையாகப் பார்வையை வீசியபடியே முன்னகர்ந்தாள். மிகவும் அடர்ந்திருந்த பழைய புதர்மேடு. இந்தப்பக்கமே ஊர்மக்கள் நெருங்கியிருக்க மாட்டார்கள். பாம்புகள் வாழும் பகுதி என்று ஊர்மக்கள் அறிந்துவைத்திருப்பர். சூன்யமான வெளி போல இருந்தது. அந்தப் புதரே தொன்மையான ஒரு பகுதியாகவும் இருந்தது. காலங்காலமாக இப்படித்தான் அடர்ந்து சூரிய வெளியை அண்டவிடாமல் இருந்திருக்கும். சூழலிலிருந்து வெயிலைத் தாண்டியும் ஒரு குளிர்மை பரவியது அங்கே. புதரின் அடியில் மண்டிக்கிடக்கும் எலிகளின் வளைப்பாதையில் தான் பாம்புகள் நுழைந்து தங்கும். இருவருக்கும் ஒரு வாழிடம். கண்களால் சூழலை அலசிக்கொண்டே இருந்தாள். பாம்பு நுழைந்து பூமியின் அடிப்பகுதிக்குச் செல்லும் ஓரிடத்தைக் கண்டுவிட்டாள்.

பாம்புகள் சிவப்பியின் கனவிலும் வருவதுண்டு. ஒவ்வொரு முறை ஒவ்வொரு மாதிரி வந்து செல்லும். கனவில் வரும் பாம்பின் பலன்களை அப்பா தான் நுட்பமாகச் சொல்வார். கனவை நினைவுபடுத்திச் சொல்ல தூக்கம் கலையாமல் இருந்தாலும் மனம் கலையாமல் இருக்கவேண்டும். பொதுவாகவே தன் வாழ்விற்கு வேண்டாதவர்கள் தான் பாம்பின் உருவில் வந்து செல்வதாகச் சொல்வார்.

‘அப்ப பாம்பு வேண்டாத உயிரா?’

‘அப்படி இல்ல. நமக்கு ஆகாதவங்கள நினைவுபடுத்துற உருவம்னு சொல்லலாம்.’

'புரியிற மாதிரி சொல்லுங்களேன்'

'நம்ம மனசுல தங்குன கசப்பு தான் அப்படி ஊறி ஊறிப் பாம்பா வருதுன்னு எங்க அப்பா சொல்வாரு. நீங்க இப்ப பாக்குற கட்டு விரியன், கண்ணாடி விரியன விட விசமான பாம்பெல்லாம் நான் பாத்துருக்கேன். பாம்போட சரவேகத்துக்குப் புத்தியும் உடம்பும் இயங்குறவங்க நம்ம முன்னோரு. உண்மை தான். பாம்ப மனுசனுக்கு ஆகாத உசிரா பாக்கக் கூடாது தான். ஆனா என்னன்னா பாம்ப கொன்னு தான் ஒரு நூறு வருசம் இந்தப்பூமியில வாழ்ந்துக்கிட்டு இருக்கோம். பாம்பக் கொல்லனும்னு நாம பிறக்கல. பாம்ப நமக்குப் பிடிக்கத் தெரியும். எதெதுக்கோ. எலி வளைக்குல்ல விட்டு எலிங்களப் பிடிக்கிறதுக்கு. அப்புறம் பாம்பு தோல உரிச்சி வெள்ளைகாரங்களுக்குப் பர்சு, பெல்ட்டு, பேக்குன்னு செஞ்சு கொடுத்தோம். வனச்சட்டம் வந்ததுக்கு அப்புறம் புலி, யானைய மாதிரி பாம்பயும் காட்டுயிரா நினைச்சிக் காக்கனும்னு தான் நமக்குத் தடை போட்டாங்க.'

'அப்பா, பாம்புக்கும் நமக்கு வர பாம்புக்கனவுக்கும் என்ன சம்பந்தம்?'

அப்பா பொறுப்பாகப் பதில் சொல்வதாகத் தெரியவில்லை. அவருக்கு பாம்புகளும் இன்னொரு உயிர்வகை.

சிவப்பிக்கு மூன்று முறை பாம்பு கனவில் வந்திருக்கின்றன. இருளனைத்திருமணம் நிச்சயம் செய்த அன்று. பாம்பு கனவில் வந்ததும் சுர்ரென்று மின்சாரம் போல ஓர் உணர்வு உடலெங்கும் பரவி, பாம்பு உடலைக் கடந்து போனாற் போல. நிச்சயமாய் அது காம உணர்வு தான் என்று சிவப்பிக்கே தெரிந்திருந்தது.

இருளனைத் திருமணம் செய்து வந்த முதல் இரவு அன்றும் கலவிக்குப் பின்பு உடனேயே அவள் அயர்ந்து உறங்கிவிட்டாள். அன்றும் அவள் கனவில் பாம்பு ஒன்று வந்து விரட்ட அவள் காடுமேடெல்லாம், மலையெல்லாம், பாலைவனமெல்லாம் ஓடிக்கொண்டே இருக்கிறாள். அன்றைய காலை உறக்கம் விழித்ததும் அந்தக் கனவை நினைத்துப் பார்க்க வேண்டிய

அவசியமில்லாது தலைமுடியில் உதிர்ந்திருந்த மல்லிகைப் பூக்கள் கவனத்தை ஈர்த்திருந்ததன.

இன்னொரு கனவு, தன் அம்மாவிற்கும் தனக்குமான தொடர்பைச் சொல்வது போன்று மங்கலான நினைவுகளுடன் மனதில் பதிந்திருக்கும் கனவு.

ஒரு நாள் வாசலில் மனித உடல் அளவு வீங்கியிருந்த பாம்பு படுத்திருக்க அதன் முகத்தையும் மார்பையும் உற்றுப் பார்த்தால் அப்படியே தன் அம்மாவின் முகம். விக்கித்துப் போய் எழுந்தாள். அப்படித்தான் அவள் அம்மா இறந்த அன்று வாசலில் கிடத்தப்பட்டிருந்தாள். அவள் அம்மாவிற்கு எப்படி பாம்பின் உடல் வந்தது?

தன் முன்னோர்கள் தான் பாம்புகளாக உருவெடுக்கின்றனரா.

இவ்வளவு கேள்விகளும் பாம்புகளைப் பிடிக்கலாம் என்று முடிவெடுத்ததும் தான் அவள் மனதில் கிளைத்தெழுந்தன. நிலவு இல்லாத இருளடைந்த நாட்களில் கூட உலகம் பட்டப்பகல் போல இருளருக்கு ஒளி கொடுப்பதாகத் தோன்றும். அந்த இருட்டிலும் பாம்புகளை தம் மக்களால் மட்டுமே காணமுடியும் என்று சிவப்பி நம்பினாள்.

கடப்பாரையை ஓங்கி மண்ணில் வீசினாள். முதல் பரப்பு மண்ணடுக்கு பெயர்ந்து கிளர்ந்து விழ, இரண்டு கண்கள் ஒளிமிகுந்த கண்கள் பூமிக்குள்ளிருந்து துலங்கின. பின் கடப்பாரையை அந்தப்பகுதியிலிருந்து சற்று தள்ளி நிலமதிர மெதுவாகச் செலுத்தினாள். கட்டுவிரியன் ஒன்று உடலை சர்ரென்று வெளியே நீட்டியது. கடப்பாரையைப் போட்டுவிட்டு, கவைக்கோலைத் துரிதமாக இயக்கி மிகவும் லாவகமாக அதைச் சுழற்றிக் கோணிப்பையில் இட்டு முடிச்சிட்டாள். எதிரே திலகன் வாயெல்லாம் பற்கள் நெரிக்க, மிகவும் அசிங்கமானதொரு எண்ணத்துடன் நின்று கொண்டிருந்தான். அவன் அங்கே நீண்டநேரமாக அவள் உணராதபடிக்கு நின்றிருந்திருக்கவேண்டும். பாம்பின் அதிர்வுகளையும் இருப்பையும் உணரமுடிந்தவளுக்குத் தான் இவ்வளவு

நேரம் திலகன் இருப்பை உணரவில்லையே என்பது தன் மீதே இனம்புரியாத ஓர் ஆத்திரத்தைக் கிளர்த்தியது. இவன் இன்னும் தன்னை தொடர்ந்து வருவது மனதடியில் பயத்தைக் கவ்வியது. பாம்பின் விசத்தை இறக்குகையில் அதன் தாடை கண்ணாடிக்குடுவையை அப்படித்தான் கவ்வும். மெல்ல நகர, அவனும் உடன் நகர்ந்தான். ஆனால், மிகவும் நெருக்கத்தில் வந்திருந்தான். இன்னும் சில அடிகள் வைக்கையில் அவன் கைமூட்டுப்பகுதி அவளை உரசுவதை உணர்ந்தாள்.

சிவப்பியின் உடல், ஒரு பாம்பாக மாறியதை உணர்ந்தாள். அவன் எண்ண வேகத்தை விட வேகமாக இயங்கினாள். பையில் ஏதோ எடுக்கப்போவதைப் போல கோணிப்பையை விரித்து சீறும் பாம்பை எடுத்து அவன் மீது வீசிவிட்டாள். திலகன் அலறிப் பதறிப் பாய்ந்து விழுந்து எங்கேயோ ஓடி இருந்தான். சிவப்பி நின்ற இடத்திலேயே நீண்ட நேரமாக நின்று கொண்டிருந்தாள். எதிரிக்கும் அவளுக்கும் இடையே ஒரு கோடாக ஓடிய பாம்பினை அவள் வைத்த கண் வாங்காமல் பார்த்துக் கொண்டே இருந்தாள். அவள் கண்கள் அகல விரிந்திருந்தன. மூச்சு மெல்ல இயங்கிக்கொண்டிருந்தது. வெயிலின் வெப்பம் சூழலெங்கும் அம்புகளாய் வீசிக்கொண்டிருந்தது. அந்த ஊசி வெயில் வேளையில் ஏன் ஒரு காகம் அப்படி கரைகிறது உலகமே உணர்வது போல ஒரு காகம் கரைய சிவப்பி யதார்த்தத்திற்கு மீண்டு வந்தாள். மீண்டும் அதே புதரினை சில அடிகள் சுற்றி வந்து இன்னொரு இடத்தில் கடப்பாரையை இறக்கினாள். அவளுக்காகவே மண்மூடக் காத்திருந்தது போல பாம்பு வெளியே வந்தது. சுருட்டிக் கோணிப்பையில் போட்டுக்கொண்டு எதிரே இருந்த வயல்வெளியைக் கடந்து நடக்கத்தொடங்கினாள். தார்ச்சாலை எங்கேயோ கானல்வெளியினூடே ஒரு பாம்பைப் போல நீண்ட கோடாய்த் துடித்துக் கொண்டிருந்தது. அவள் நடை களைத்திருந்தது. வியர்வை ஒழுகியது. புடவையால் துடைத்துக் கொண்டாள். கோணிப்பையில் பாம்பின் கனம் அதிகமாய் இருந்தது. புடவை முந்தானையை முக்காடாய் இட்டுக்கொண்டு நடந்தாள்.

எவ்வளவு தூரம் நடந்தாளோ என்ன யோசனையில் நடந்தாளோ சொசைட்டி மூடும் நேரத்திற்குச் சரியாக உள்ளே நுழைந்தாள். பால்பாண்டி எல்லாக்கதவுகளையும் மூடிக்கொண்டிருந்தார்.

'என்னம்மா, நீ தான அந்த இருளனக் கட்டிக்கிட்டவ. பாம்பெல்லாம் பிடிப்பியா. சபாஷ்.'

அவர் பேசி முடிக்கும் முன்பேயே பாம்பின் விடம் இறக்குவதில் கை தேர்ந்தவள் போல பாம்பின் தாடையைக் கண்ணாடிக் குடுவையின் வாய்ப்பகுதியின் மீது வைத்து பாம்பின் தலையை அழுத்த விடநீர் பீறிட்டு வந்தது. பால் பாண்டிக்கு சிவப்பியின் நிபுணத்துவம் திகைப்பாக இருக்க அவள் நடவடிக்கைகளைக் கவனமாக ஆராய்ந்து கொண்டிருந்தார். அவரின் இருப்பை சற்றும் பொருட்படுத்தாமல் தன் பணியிலேயே மூழ்கி இருந்தாள். பாம்பினை அதன் கூண்டிற்குள் பக்குவமாய் விட்டுவிட்டு அதை மூடிவிட்டு பால் பாண்டியிடம் வரும் வரை அவர் அவளையே பார்த்துக் கொண்டிருந்தார். அவளைப் பார்த்துப் புன்னகைத்தார். சிவப்பியோ மிகவும் களைத்து வியர்த்து உடலின் ஆற்றலை எல்லாம் இழந்து சோர்ந்து போயிருந்தாள். பால் பாண்டி, மேசையின் இழுவையைத் திறந்து மூன்று நூறு ரூபாய் நோட்டுகளை எடுத்து எண்ணினார். சிவப்பியிடம் நீட்டினார். சிவப்பியின் கண்கள் ரூபாய் நோட்டுகளின் மீது விழுந்து நகர்ந்தன.

'நாளைக்கும் ஒரு பாம்பு பிடிச்சிட்டு வரமுடியுமா உன்னால?'

பால்பாண்டி கேட்டபடியே கதவுகளையெல்லாம் தாழ் இடத்தொடங்கினார். தன்னைத்தான் கேட்கிறாரா என்பது போல, தன் அக்கம் பக்கம் திரும்பிப் பார்த்துவிட்டுத் தயக்கத்துடன் சரி என்று தலையசைத்தாள். அவள் தலையசைப்பதை அவர் கவனிக்கவில்லை. 'என்ன முடியாதா? புதுப்பொண்ணு இல்ல?'

'இல்ல இல்ல முடியும். தினமுன்னாலும் பிடிச்சிட்டு வரேன்'

உடைந்து நொறுங்கிவிடுவாள் போல. ஆனால், பிடிவாதமாய்த் தன்னைத் தானே உறுதியாகப் பற்றிக்கொண்டாள்.

‘சரி. கொஞ்சம் சீக்கிரமாவே வந்திரு. இவ்வளவு தாமதமா வந்து எப்ப நீ வீட்டுக்குப் போய்ச் சேர?’

சிவப்பி நில்லாது அங்கிருந்து திரும்பினாள். தார்ச்சாலையில் ஏறினாள். ஒரு பேருந்து வேகமாக வந்து அவள் முன் நிற்கவும் ஏறினாள். கண்டக்டர் இலவசமான பயணச்சீட்டை அவளிடம் திணித்துவிட்டு நகர, தன் இடுப்பில் மடித்து வைத்திருந்த மூன்று ரூபாய் நோட்டுகளையும் வெளியே எடுத்து ரகசியமாக அவற்றைப் பார்த்து யாருக்கும் வெளிப்படாத பூரிப்புடன் மீண்டும் மடித்துச் செருகிக் கொண்டாள். ‘புளியூரெல்லாம் இறங்கிக்குங்க’, விசில் சத்தத்துடன் கண்டக்டர் கூவ வண்டி நின்றது. சிவப்பி, இறங்கியதும் எதிரே இருந்த மளிகைக்கடையில் அரிசியையும் பருப்பையும் கருவாட்டையும் வாங்கிக்கொண்டு வேகமாக நடந்தாள்.

அவள் நினைப்பெல்லாம் இருளன் மீதே இருந்தது. அவள் கால்கள் வேகவேகமாக அடியெடுத்து வைத்தன. இருள் சூழலைக் கவ்விக்கொள்ளத் தொடங்கியிருந்தது. பறவைகள் தம் இடம் நோக்கித் திரும்பிக் கொண்டிருந்தன. ஊருக்குள் திரும்பிய அந்தப்பாதையில் காலடி வைத்ததும் அவர்களின் குடிசை கண்ணுக்குத் தெரிந்தது. குடிசைக்குள்ளிருந்து சரியாக இருளன் வந்து வெளியே நின்று அந்தப்பாதையையே பார்த்துக் கொண்டு நின்று கொண்டிருந்தான். சிவப்பி, ஓட்டமும் நடையுமாக நடக்கத்தொடங்கினாள். நடையின் வேகம் கூடியது. தலைமுடியெல்லாம் கலைந்து புடவையெல்லாம் கசங்கி ஆளே துவண்டுபோயிருந்த ஒரு கொடியைப் போல் ஆகி இருந்தாள். கையில் மளிகைப் பொருட்களுடனேயே தாவிச் சென்று இருளனின் மார்பில் மீது வீழ்ந்து அவனைக் கட்டிக்கொண்டாள்.

# 3. மதி

மதியைச் சந்தித்துச் சரியாக பத்து வருடங்கள் இருக்கும். சிங்கப்பூரில் ஓர் இலக்கிய நிகழ்வு முடிந்து என் அறையில் நிகழ்ந்த இலக்கிய பகடியிலும் சண்டையிலும் கலந்து கொண்டான். இளமை ததும்பும் பொலிவுடன் இருந்தான். வயதிற்கான வேகமும் கண்ணிமைக்க முடியாத வசீகரமும் இருந்தது. என் வயதை அவன் பொருட்படுத்தியதாகத் தெரியவில்லை. என் வயது தான் உலகம் அறிந்திருந்ததே. ஐம்பது வயது. எனக்குச் சரி பாதி வயதில் இருந்த அவனுடைய மெலிந்த உடலும் சட்டையினூடே தெரிந்த நெஞ்செலும்பின் அடுக்கும் வசீகரமாக இருந்தது. நடுநிசியைத் தாண்டிச் சென்று கொண்டிருந்த உரையாடலில் தனக்குத் தேநீர் தேவையென்றான். தானே சென்று அந்த ஹோட்டலின் மேனேஜரை எழுப்பி, எங்கள் எல்லோருக்கும் தேநீர் தயார் செய்து வந்தான். பதினைந்து பேர் இருந்தோம். களைப்பு, கசங்கிய உடைகள், அதனூடே விரியும் இலக்கிய ஆர்வம் எனத் தணியாத வேகத்தில் எல்லோரும் இருக்க, எனக்குள்ளும் கவிதை குறித்துப் பேசப் புனல் போல ஊற்றெடுத்துக் கொண்டே இருந்தது. முந்தைய நாள் காலை தான் சென்று இறங்கியிருந்தாலும் உற்சாகமாக, புத்துணர்ச்சியுடன் எல்லா கேள்விகளுக்கும் பகடிகளுக்கும்

வாதங்களுக்கும் பதிலளித்துக் கொண்டிருந்தேன். பதினைந்து ஆண்கள் என்றால் மூச்சுமுட்டும் அறை தான். ஆனால் கொஞ்சமும் தெரியவில்லை. ஒரு சுவரின் முழு உயரத்திற்கும் நகரம் தெரியும் கண்ணாடி ஒரு புறம். பன்னிரண்டாவது மாடியிலிருந்து இரவின் சிங்கப்பூரைப் பார்க்க நட்சத்திர விளக்குகள் தெறிக்கும் கொள்ளை அழகு. ஆங்காங்கே மங்கலாய்த் திட்டுத்திட்டாக விரவிய மேகங்கள். நான் எல்லோரின் தலையிலும் ஏறி அமர்ந்த உணர்வில் இருந்தேன். இது போன்ற இலக்கியக் கிளர்ச்சி நிகழ்ந்ததில்லை. என்பதால், நான் அதிகாலை நோக்கி அந்த இரவை மெதுவாக நகர்த்தத் தொடங்கியிருந்தேன். மதியின் தேநீர், சிங்கப்பூரின் புதிய நறுமணம் கரைந்திருந்த தேநீர். அருந்தித் தீராத அளவில் நிறைந்திருந்தது. சில நொறுக்குத் தீனிகளையும் உடன் வாங்கிவந்திருந்தால் எல்லோர் வாயிலும் சொற்களுக்கு இடையே அரைபட்டுக்கொண்டிருந்த சுவையினூடே கவிதையின் இரவு வளர்ந்துகொண்டிருந்தது.

அன்றைய நீண்ட இரவிற்குப் பின் சிங்கப்பூர் என் கைக்குள் அடங்கியதாகியது. மதுவின் சுவையூறிய நினைவை அந்த இரவு கொண்டிருந்தது. இத்தனைக்கும் வழக்கமாக இலக்கிய நிகழ்வுகளைத் தொடரும் மதுவார்ந்த இரவு இல்லை அது. கவிதை தான் மதுவாகி அந்த அறையைத் தாழியாக்கிச் சுழன்று சுழன்று அசைந்து கொண்டிருந்தது. நாங்கள் எல்லோரும் அதை அவரவர் குவளையில் அள்ளி அள்ளி உடை நனையப் பருகி பருகி விழிப்பாக்கிக்கொண்டோம். யாருக்கோ அவசர வேலை என்று ஓர் அழைப்பு வர ஃபோனை ஏந்திக்கொண்டு அவர் வெளியில் செல்ல அதைக் சாக்காக வைத்து அந்த அதிகாலையில் எல்லோரும் கலைந்து சென்றார்கள். நான் உறங்கச்சென்றேன். இரண்டு மணி நேரத்திலேயே மதி வந்து அழைப்புமணியை அழுத்த அலறி விழித்தேன். ‘என்னுடைய ஃபோனை விட்டுட்டுப் போயிட்டேன். ரொம்ப சாரி’, பதறிய படியே உள்ளே வந்தான். அறையில் அவன் அமர்ந்திருந்த இடத்தில் படுக்கைக்கு அடியில் தலையணைகளுக்கு அடியில் குளியலறையில் என்று தேடி அலைந்து இல்லாத ஏமாற்றத்தில்

வெளியே சென்றான். உண்மையிலேயே தொலைத்த ஃபோனைத் தான் தேடவந்தானா என்று சந்தேகம் மேலிட்டது. என்றாலும் தூக்கமயக்கம் அழுத்த அப்படியே படுக்கையின் சருகிற்குள் நுழைந்து கொண்டேன். பக்கவாட்டின் கண்ணாடி வழியே சூரியன் சுடப் பசியெடுத்து எழுந்தேன். உணவு விடுதிக்குச் சென்றால் ஒரு முழு தளமும் உணவுகள் காட்சிக்கு வைக்கப்பட்டிருந்தன. ஒரு யோகர்ட் குப்பியை எடுத்துச் சாப்பிட்டபடி சுற்றிவந்து என்ன உணவுகள் இருக்கின்றன என்று அறிந்துகொண்டேன். அந்தக் காட்சியை ரசிப்பதிலேயே பாதிப் பசி அடங்கிப்போயிருக்க, அதிகமான இறைச்சி உணவும் பெரிய கோப்பையில் ஆரஞ்சுப்பழச்சாறுமென ஏந்திக்கொண்டு நீச்சல் குளத்தை நோக்கியிருந்த கண்ணாடிச் சுவரை ஒட்டிச் சென்று அமர்ந்தேன். அருமையான சுவை. சீன முறையில் மசாலாவில் ஊறவைக்கப்பட்டு வறுத்தெடுக்கப்பட்டிருந்த உலர் மாட்டிறைச்சியும் கூடவே வறுத்தெடுக்கப்பட்ட வெங்காயச் சுருள்களும் கீறப்பட்ட பச்சை மிளகாய்களும். ஈடு இணையில்லாத சுவை. அவ்வப்பொழுது சுவையை அலசிப் புதுப்பிக்க ஆரஞ்சுச்சாறு என மாற்றி மாற்றி உண்டுகொண்டிருந்த படியே நீச்சல்குளத்தின் மீது பார்வையை உலாவ விட்டேன். மதி தான். அங்கே நீச்சல் குளத்தின் சுவரில் அமர்ந்திருந்தான். நனைந்திருந்தான். மேலே சட்டையணியாமல், கீழே நீச்சல் உடை அணிந்திருந்தான். யாருடனோ ஃபோனில் பேசியபடி இருந்தான். ஃபோன் தொலையவில்லை போலும். அல்லது, தொலைந்த ஃபோன் கிடைத்துவிட்டது போலும்.

ஃபோனைக் கரையில் வைத்துவிட்டு நீரில் பாய்ந்தான். தலையை நீருக்கு மேலே ஒயிலாய் அங்கும் இங்கும் அலட்சியமாய் அசையவிட்டு உல்லாசமாய் நீந்தினான். உடல் மீது சூரியக் கதிர் வீழ்ந்து பொன் தெறிப்பாய் எதிரொளித்தது. உணவைச் சற்றே மறந்து போனேன். இதே ஹோட்டலில் தான் தங்கியிருக்கிறானா. அவனுடன் அங்கு பேசுபவர்கள் யாரையும் நான் முந்தைய நாள் சந்தித்திருக்கவில்லை. மகிழ்ச்சி அவன் இருப்பெங்கும் வீசியது. அவன் கரையேறி மேலாடையால் உடலைத் துவட்டிக்கொள்ளும் வரை நான் அங்கேயே இருந்து

அவனைப் பார்த்தபடி இருந்தேன். அவன் பார்வையிலிருந்து மறையும் வரை அவனிடமிருந்து பார்வையை விலக்கவே இல்லை. அவனுடன் நான்கைந்து நண்பர்களும் ஏறிக் கிளம்பிச் சென்றனர். அவனே அவர்களின் மையமாய் இருந்தான். இயல்பாகவே அவனது இருப்பு அப்படி என்பதை முந்தைய முழு இரவும் உணர்ந்திருந்தேன்.

வெவ்வேறு நிகழ்ச்சிகளுக்குக் கிளம்பிச் செல்வதும் முழுநாள் நிகழ்வுகளால் களைப்புற்றுத் திரும்பி வந்து படுக்கையில் வீழ்வதும் எனக் கழிந்தன தொடர் நாட்கள். என் ஏற்பாட்டாளர் நிலா, இவை எல்லாவற்றிற்கு இடையிலும் என்னுடன் ஓர் இரவு மது அருந்திக்கழிப்பது என்பதைத் திடமான திட்டமாகக் கொண்டிருந்தார். நேரமே இல்லை என்பதும், விடுதிக்குத் திரும்பவே பின் இரவு ஆகிவிடுவதாலும் அந்த மதுவின் இரவு சாத்தியப்படாமலே இருக்க, நிலா திட்டவட்டமான முடிவுடன் ஓர் இரவை என்னுடனே என் அறையில் வந்து கழிப்பது என்ற முடிவெடுத்திருந்தார். வேண்டுமானால் தன்னுடன் சில தோழிகளையும் அழைத்துக்கொண்டால் நான் சம்மதிப்பேன் என்று எண்ணி இன்னும் சிலரையும் அழைத்திருந்தார். தோழியருடன் மது அருந்தக்கூடாது என்ற நோன்பினை அன்று கலைக்கவேண்டியிருந்த சந்தர்ப்பத்தை நான் நொந்துகொண்டேன். ஆனால், நிலாவின் தோழிகள் பெருமளவில் அந்தச் சந்திப்பை ஆவலோடு எதிர்பார்த்திருந்தது போல் கொண்டாடித்தீர்த்தார்கள். தங்கள் தங்கள் வீடுகளிலிருந்து சுவையான உணவைச் சமைத்து எடுத்துக்கொண்டு வந்திருந்தனர். பெரும்பாலும் அயல் நாட்டு உணவுவகைகளையே தின்று கழித்துக்கொண்டிருந்த எனக்கு நாக்கு மரத்துப் போயிருந்தது. மதுவைத் துறந்து உணவினை ருசிப்பதில் ஈடுபட, தோழியரின் பெண்ணியக் கருத்துகள் ருசிகரமான தொடு உணவாக இருந்தன. நடுநிசிக்குப் பின் என் அறையிலேயே தூங்கிவிட்டார்கள். நான் உறக்கமின்றிப் போக அறையில் அங்கும் இங்கும் அலைய இடமின்றி கீழ்த்தளத்திற்கு வந்தேன். நீச்சல் குளம் சுற்றியிருந்த மின்சார விளக்குகளில் நீலமாய்த் தளும்பியது. குளித்தோர் வந்தமரும் நீளச்சாய் நாற்காலியில் வந்து சாய்ந்தமர்ந்தேன். அந்த

நடுநிசியில் என் அம்மாவை அழைத்துப் பேசவேண்டும்போல் இருந்தது. அங்கே பத்துமணியைத் தாண்டியிருக்கும். அம்மா ஆழ் உறக்கத்தில் இருப்பார். அழைத்தால் பதறி விழிப்பார். எண்ணத்தை மாற்றிக்கொண்டேன். அப்படியே கண்மூடி அமர்ந்தேன். தனிமையும் அமைதியும் ஒன்று சேர்ந்திருந்த அந்தக்காலம், மனதில் சேமித்து எடுத்துச் செல்வதற்குத் தேவையானதைப் போல் இருந்தது. எவ்வளவு நேரமோ தனிமையும் அமைதியும் கண்விழித்தால் நட்சத்திரங்கள் தாழத்தொங்கும் வானமும். சோர்ந்து கண் மூடுகையில் சூழும் தனிமையும் அமைதியும். சட்டென்று நீரில் யாரோ குதித்து எதிர்ப்பக்கம் நீந்திச்செல்லும் சத்தம். அது மதியே தான். அவன் இந்த விடுதியில் தான் தங்கியிருப்பான் போலும். அல்லது, நீச்சல் குளத்திற்காக மட்டும் வந்து செல்வான் போலும். நிலாவிடம் கேட்டிருக்கவேண்டும். ஆனால், அவனைப் பற்றிக் கேட்க வேண்டிய அவசியம் என்ன. அவன் மீது மட்டும் என்ன குறுகுறுப்பான ஆர்வம். ஆமாம், அவன் மீது அடங்கமாட்டாத ஆர்வம் தான். அவன் என்னைப் பார்த்திருப்பானோ, தன்னைப் பார்த்திருக்கவேண்டுமே. நான் அமர்ந்திருந்த நாற்காலியை ஒட்டி வளர்ந்திருந்த உயர்ந்த மரத்தின் சாம்பல் நிழலில் நான் அமர்ந்திருப்பதை யாரும் பார்த்திடவே முடியாது என்பதை அப்பொழுது தான் உணர்ந்தேன். அவன் அந்த நீச்சல் குளத்தில் தன்னந்தனியே அங்கும் இங்கும் உவகையுடன் நீரினைத் துழாவிக்கொண்டிருந்தான். 'இதோ, மதி நான் இங்கே இருக்கிறேன்', என்று அவன் முன் சென்று சொல்லவேண்டும் போல், அந்தக் குளத்தில் நானும் பாய்ந்து குதித்து அவனுடன் நீந்த வேண்டும் போல் இருந்தது. ஆனால், என் வயதோ, என் வயதினைப் போல் ஒன்றோ என்னைத் தன் எல்லா கைகளாலும் தடுத்து நிறுத்தியது. எல்லாவற்றிற்கும் மேலாக, அவன் மீதான காமம் அவனைக் காணும்போதெல்லாம் கிளர்ந்து கிளர்ந்து பெருகி அடுத்தக் கட்டத்திற்கு வளர்ந்துகொண்டிருந்தது. அவன் நீச்சல் குளத்திலிருந்து வெளியேறிச் செல்லும் வரை காத்திருந்துவிட்டு, பின் எழுந்து என் அறையை நோக்கிச் சென்றேன்.

சிங்கப்பூரிலிருந்து கிளம்பும் அந்த நிறைவு நாளில் எல்லோரும் கடற்கரைக்குச் சென்று உணவருந்தும் திட்டம். நண்பர்களும் எழுத்தாளர்களுமாய் இருபத்தைந்து பேர். அவர்களில் மதியும் ஒருவன். என் பார்வையெல்லாம் அவன் இருப்பு துலங்கியது. கூட்டத்தில் அவனையே தேடித்தேடி அவன் இருப்பை அறிந்துகொண்டிருந்தேன். அங்கே மென்மையாய்த் தழுவிய காற்றும் நிலவொளியுமாய் அவன் இருந்தான். சிங்கப்பூரிலிருந்து கிளம்பிச்செல்லக் கசந்தது. மதி வழக்கத்திற்கு மாறாய் மிக அமைதியாய் இருந்தான். இறுக்கமான புன்னகை ஒன்றினைச் சுமந்துகொண்டிருந்ததை மனதில் ஓர் ஒளிப்படமாக்கிக் கொண்டேன். சிலர் பாடினர், சிலர் நகைச்சுவைகளைப் பகிர்ந்தனர். உணவு உள்ளே செல்லவில்லை. ருசியில்லை, ஈடுபாடில்லை. நான் தான் எல்லோரிடமும் தொடர்ந்து உரையாடி இயங்கியாகவேண்டும். நாள் முழுதும் ஒன்றும் செய்யாமலேயே கசந்தது. அங்கிருந்து விரைவில் கிளம்பிச்செல்லவேண்டும் போல ஒரு தூண்டுதல். தப்பித்தால் போதும் என்ற எண்ணமும் ஆனால், மதியுடன் தப்பித்துவிடவேண்டும் போன்ற ஏக்கமும் ஒரு சேரக் கவர்ந்தது. நிலா தான் கிளம்புகையில் சொன்னாள், ‘மதியும் உங்களுடன் வருவான். உங்கள் விடுதிக்கு அருகில் தான் அவன் தங்கியிருக்கும் இடம். உங்களை இறக்கிவிட்டுவிட்டுச் செல்வான்’, என்றாள். ஓ, தப்பிப்பதும் இயலாதா என்ற எண்ணம் ஒன்று சூடான கண்ணீரைப் போல கன்னங்களைத் தொட்டது. பின்னிருக்கையில் நாங்கள் இருவரும் அமர, கார் ஜன்னலுக்கு வெளியே கையசைத்துச் சூழ்ந்த எல்லோருக்கும் கையசைத்துவிட்டு விடைபெற்றேன். கொஞ்ச தூரம் மௌனமாய் இருந்த மதி, என்னுடன் பேசிக்கொண்டு வரவேண்டும் என்ற கட்டாயத்தில் ஏதேதோ பேசிச் சிரிப்பு மூட்டும் முயற்சிகளை எடுத்துவந்தான். அவ்வப்பொழுது அவனது கை என் மீது பட்டது. என்னைக் கடந்து சென்ற பார்வையில் மின்வெட்டியது. மதி மயக்கம் போல் ஓர் உணர்வு.

விடுதி வந்ததும் அவனும் இறங்கி எனக்கு நன்றி கூறி, கைகுலுக்கி விடைபெற்றான். ஆனால் என்னை விட்டு நகராமலேயே வரவேற்பறைக்கு வருவோரும் செல்வோரும் எங்களைக் கடக்க

வழிவிட்டு அறுபடாத உணர்வுகளை ஒருவருக்கொருவர் இழுத்துக்கொண்டு கால்கள் பின்ன நின்று கொண்டிருந்துவிட்டு, ‘குட் பை’, என்று உதடுகளில் ஒட்டாத வார்த்தைகளுடன் நகர்ந்து சென்று காரில் ஏறி அவனையே பார்த்துக் கொண்டிருந்த என் பக்கம் திரும்பிப்பாராமலேயே கிளம்பிச் சென்றான். அறைக்குள் வந்ததும் வெறுமையின் அறை பெரிதாய்த் திறந்து கொண்டது. மதியின் எண்ணைக் கூட வாங்காமல் விட்டுவிட்டது ஏதோ முடிந்து விட்ட உறவின் கனத்துடன் நினைவிற்கு வந்து நமைச்சல் எடுத்தது. பெட்டியில் உடைகளையும் பொருட்களையும் புத்தகங்களையும் அடுக்கினேன். காலையில் ஆறுமணிக்கே அறையை விட்டுக் கிளம்பவேண்டும். அலாரம் வைத்துக்கொண்டாலும், வரவேற்பறைக்கு அழைத்து விழிப்பின் அழைப்பு ஒன்று கொடுக்கச்சொன்னேன். எனக்கு எதன் மீது நம்பிக்கையும் இல்லை. கிளம்பிச் செல்வதற்கான எந்த முனைப்பும் இல்லாமலேயே புரண்டு புரண்டு மதியின் விழிகள் உடலெல்லாம் அப்பிக்கொள்ளத் தூங்கிப் போனேன். இவ்வளவு தான் சிங்கப்பூர் பயண அனுபவம்.

தமிழ்நாட்டிற்கு வந்ததும் மதியின் கதை இனிமையானதொரு நினைவாகிப் போனது. காலம் தேயத்தேய எல்லாமும் அப்படித்தான். இனிமையானாலும் கடுமையானாலும் கரைந்து கரைந்து நமக்கு அன்னியமாகிப் போகும். அவ்வப்பொழுது அவ்வவற்றை ருசித்துப் பார்த்துக்கொள்ளவேண்டியது தான். அவ்வக்கணத்தில் நழுவவிட்டவை மீண்டும் வாரா. சில மாதங்கள் இருக்கும். மதி அழைத்தான். புதிய சிங்கப்பூர் எண்ணிலிருந்து வாட்ஸ் அப் அழைப்பு. ‘நான் தான் மதி பேசுறேன்’, என்றதும் ஆச்சரியமாய் இருந்தாலும் பழைய இனிமையின் உராய்வுகள் என்னிடம் இல்லை. என் வாழ்க்கை அப்படித்தான். ஒரு கடலைக் கடந்து வந்ததும் நினைவுகளையும் கடந்து வந்தது போல் ஆகிவிடுகிறேன். ‘மதி, எப்படி இருக்கீங்க’.

‘நீங்க என்னய மறந்துட்டீங்க தான. நான் யாரு தெரியுதா’

‘தெரியாம என்ன’

‘உங்கள ரொம்ப மிஸ் பண்றேன். அதுக்காக உங்க எல்லா

கவிதை புக்கும் வாங்கிட்டேன்'

நானே குறுக்கிட்டேன். 'நீங்க கவிதை அதிகம் வாசிக்கமாட்டீங்க இல்ல'

கொஞ்சம் தயங்கி, 'இல்ல. ஒரு கவிதை விடாம வாசிச்சிட்டேன். உங்களப் பாக்கும் போதே வாசிச்சிருந்தா அப்படி ஏதும் முட்டாள் தனமா கேட்டிருக்கமாட்டேன்'

நான் அமைதியாக இருந்தேன். 'நீங்க நம்பல. வீடியோ கால்ல வரீங்களா. நான் உங்க புத்தகங்களக் காட்டுறேன். கவிதையும் வாசிச்சிக்காட்டுறேன்'

'வேணாம் மதி. வெளிய இருக்கேன். இரைச்சலா இருக்கு இங்க. உங்கள நம்புறேன். இன்னொரு தடவை நிதானமா பேசலாம்'

மதி அழைத்தது அன்றெல்லாம் பரவசமூட்டுவதாய் இருந்தது. இருவருக்குள்ளும் சுழலும் சூரியனின் தகிப்பு. அமுதத்தின் வீச்சு. கவிதைகளை வாசித்தானாம். பொய், என்னை இணங்கச் செய்வதற்கான பொய். என்னை ஏன் இணங்கச்செய்யவேண்டும். கவிதையால் தான் என்னை இணங்கச் செய்யமுடியும் என்பதை அறிந்து கொண்டவன். என் கவிதைகளை வாசித்தேன் என்று சொன்னால் போதும் என் கிறக்கமேற. பின், வாரம் ஒரு முறையேனும் அழைத்துவிடுவேன். சில கவிதைகளைச் சுட்டிக்காட்டி விவரிப்பான். அவனை இழுத்து அணைத்துக்கொள்ளவேண்டும்போல ஒரு மதமேறியது. தொலைவும் காலமும் வேறு வேறான நிலையை என்னென்று சொல்வது. மெல்ல தவிர்த்தேன். அதையும் அவன் உணர்ந்தாற்போன்ற துயரத்துடன் தன் உரையாடலை வெளிப்படுத்தினான். காமம், காதல் பற்றிப் பேசினான். என்னை மிகவும் தொல்லை செய்கிறீர்கள் என்று சொன்ன அந்த உரையாடலுக்குப் பின் நான் அவன் எண்ணைத் தடை செய்தேன். என் பக்க நியாயங்களும் நிறைய இருந்ததை வலியுறுத்தி அவனுக்குச் சில வரிகளை அனுப்பிவிட்டுத் தான் தடை செய்தேன். அவன் என்ன நினைப்பான், எப்படித்

துடிதுடிப்பான் என்றெல்லாம் நான் யோசிக்கவில்லை. ஏனெனில் என் நிலைமையும் துடிப்பும் அப்படித்தான் இருந்தன. இளமையின் துன்பம் இன்னும் கொடுமையாக இருக்கும். அறியாமல் இல்லை. அதை நீட்டிக்க விரும்பவில்லை. துயரத்தை நீட்டிக்க விரும்பவில்லை என்ற என் நியாயத்தை முன்வைத்து நான் செய்த அந்தச் செயல் பின்னொரு காலம் எப்படிச் சுழன்று வரும் என்று கனவிலும் நான் நினைக்கவில்லை. என் விவாகரத்து வழக்கிற்காக நீதிமன்றம் ஏறி ஏறி இறங்கிக்கொண்டிருந்தேன். இத்தனைக்கும் நானும் என் கணவரும் நண்பர்கள் போல, நீதிமன்றத்திற்கு வெளியே தேநீர் வாங்கிக்குடித்துக்கொண்டிருப்போம். அவசியமா என்று வழக்கறிஞர் கேலியாகக் கேட்க, என் கணவர் ‘அவங்களுக்கு அவசியம்’, என்று எனக்காகவும் சேர்த்துப் பதிலளித்துவிட்டு அங்கிருந்து அதே புன்னகையுடன் நகர்வார்.

பார்க்கையில் என் கணவர் எவ்வளவு நல்லவர் என்று எல்லோருக்கும் தோன்றும். அவரது குணாம்சங்களில் குறைகளையே யாராலும் காண இயலாது. ஒரு காதல் வாழ்வினைத் தேர்ந்தெடுத்துவிட்டவருக்குத் தான் அவரது நார்சீச குணங்கள் புரியவரும். அவை எவ்வளவு விபரீதமானவை என்பது தெரியவரும். ஒரு கணமும் அவருடன் வாழவே முடியாத துறவுத்தன்மையை நான் எய்தியிருந்தேன். அவருக்கென இன்னொரு பெண் காத்திருந்தாள். விவாகரத்து பெற்றால் உடனே அவர் திருமணம் செய்து கொள்ள ஏதுவாக இருக்கும். அதை எங்குமே வெளிப்படையாகச் சொல்லமாட்டார். வாழ்வின் கூடாரம் அலுப்பாய் இருந்தது. எனக்குப் பெரிய விடுதலை, இந்த விவாகரத்து. நீதிமன்றம் வழக்கை நீட்டித்துக் கொண்டே இருப்பது எனக்கும் என் கணவருக்குப் போலவே அயர்ச்சியாய் இருந்தது. கடைசி சில தடவைகளில் அவர் அவளுடைய காதலியுடன் அங்கே வரத் தொடங்கியிருந்தார். அவர்கள் இருவருமாய்ச் சென்று தேநீர் அருந்துவார்கள். அந்தப் பெண் என்னைப்பார்த்துப் புன்னகைக்கவே மாட்டாள். ஓர் ஆசிரியையைப் பார்த்த மாணவி போல பம்மி அவர் பின் மறைவாள். எனக்கு வேடிக்கையாக இருக்கும்.

விவாகரத்து பெற்றதும் எனக்கு நானே விருந்து அளித்துக் கொள்ள விரும்பினேன். கடல் தான் பெருவிருந்து. கடலைப் பார்த்துக் கொண்டிருந்தால் எப்படி ஒரு தவறான உறவுக்குள் நானே வீழ்ந்தேன் என்ற குற்றவுணர்விலிருந்தும் கழிவிரக்கத்திலிருந்து வெளியேற முடியும். மாமல்லபுரம் செல்லத் திட்டமிட்டேன். லிங்கனை அழைத்தேன். 'என்ன அக்கா தனியா வரீங்களா, இல்ல ஃப்ரெண்ட்ஸோடவா? எத்தனை ரூம் வேணும்? வழக்கமா நீங்க தங்குற அதே ரூம உங்களுக்குத் தந்துறேன். தீபக் இப்ப இங்க இல்ல. புதுசா மலர்னு ஒரு திருநங்கை. செமையா சமைக்குறா. என் பிசினச வேற லெவலுக்குக் கொண்டு போயிட்டா. பாத்தா மனசுல ஒட்டிக்குவா. அவளோட கதைய கேட்டீங்கன்னா நாவல் எழுதுவீங்க', என்றான். 'நல்ல சாப்பாடு தான் வேணும் லிங்கன். மனசு ரணமா இருக்கு'

'என்னக்கா இப்படி பேசுற. நான் இருக்கேன். கிளம்பி வாக்கா'.

கொஞ்சம் இடைவெளிவிட்டு, 'நானே வந்து கூட்டிக்கவா', என்று கேட்டான்.

'இல்ல லிங்கன். பஸ் ஏறிட்டேன். ரெண்டு மணி நேரத்துல வந்துருவேன்.'

'இங்க வந்தா எல்லாம் சரியாயிரும். பறந்து வா', என்று வைத்துவிட்டான்.

பேருந்தில் பறந்துதான் சென்றேன். விட்டால் போதும் என்ற அன்றாட நகரவாழ்வின் போலிமையை எல்லாம் பின்னுக்கு உந்தி உதைத்துத் தள்ளிவிட்டு மாமல்லபுரம் கடற்கரையில் விடுதிகளை நடத்தும் லிங்கனிடம் அடைக்கலமாகச் சென்றேன். கடலிலிருந்து ஐம்பது அடி நெருக்கத்தில் இருக்கும் கடலைப் பார்த்த விசாலமான அறை எப்பொழுதும் எனக்காகக் காத்திருக்கும். அவசரமாக எழுத்துப்பணிகளை முடிக்க, களைப்பான பணிகளுக்குப் பின் ஓய்வெடுக்க, நல்ல கடல் உணவுகளைத் தேடி உண்ண என எதற்கென்றாலும் அங்கே சென்றுவிடுவேன். அவனுடைய 'நீலக்கடல் படகுகள்' விடுதியின்

நியான் விளக்குகளைப் பார்த்தால் அப்படியொரு சுகம் மனதை வருடும். ஆட்டோவில் சென்று இறங்க லிங்கனே ஓடிவந்து என் பைகளை வாங்கிச் சென்று அறையில் வைத்தான். எனக்காக சிறப்பான வாசனையுடைய மெழுகுவர்த்தியை அறையில் வைத்திருந்தான். ‘ஜெர்மனியிலிருந்து வந்திருந்த லேடி தான் இத கிஃப்டா கொடுத்தாங்க. மன அழுத்தம் போயிரும்னு சொன்னாங்க’

‘நீங்க வச்சிக்கவேண்டியது தானலிங்கன்.’

‘மன அழுத்தம் எனக்கா உங்களுக்கா’, என்று கேலியாய் என்னைப் பார்த்தான். நான் சிரித்தேன்.

மெழுகுவர்த்தி உண்மையிலேயே வேலை செய்தது. அறையை லகுவாக்கியது. இருள் பரவ, கடற்கரையின் வழியே மாமல்லபுரம் கடற்கரைக் கோயில் வரை நடந்துசென்று வந்தேன். அறையை ஒட்டி நெருங்கவும், லிங்கன் மேல் தளத்திலிருந்து கையசைத்து அவனிடம் வரச்சொன்னான். உணவிற்காகத் தான் அழைக்கிறான் என்று, மேல் தளம் நோக்கி ஏறினேன். ஏற்கெனவே எனக்கான உணவை மேசையில் வைத்திருந்தான். எனக்குப் பிடித்த இறால் தொக்கும் வஞ்சிர மீன் குழம்பும் அரிசிச்சோறும் வெட்டிய காய்கறித்துண்டங்களும் ஏற்பாடு செய்யப்பட்டிருந்தன. நாற்காலியில் உட்கார்ந்த அந்தக் கணத்தில் எதிரில் மலர் வருவதைக் கவனித்தேன். திகைத்துச் சட்டென்று நாற்காலியிலிருந்து எழுந்தேன். என் இதயம் படபடத்து உடல் அழுத்தமானது.

‘அய்யோ, பாருங்களேன். நீங்க தான் வரீங்க, உங்களுக்குத் தான் சமைக்கிறேன்னு இந்தக் கழுதை அண்ணன் சொல்லவே இல்ல’. மலருக்கும் திகைப்பாக இருந்திருக்கவேண்டும். மலர், லிங்கனின் முதுகில் ஓங்கி அடித்தாள். லிங்கன் வலியில் தன் முதுகை நோக்கிக் கையைக் கொண்டு சென்றான். மலர் வேறு யாருமில்லை, மதி தான். என்ன செய்வது என்று அறியாது நான் பதற, ‘இருங்க, நாம மொதல்ல கட்டியணைச்சுக்குவோம்’, லிங்கனை விலக்கி ஓடிவந்து என்னை இறுக அணைத்துக்கொண்டாள் மலர். அவள்

உடலும் நடுங்குவதை அவள் அணைப்பினூடே உணர்ந்தேன். எங்கள் இருவரின் கண்களிலுமே கண்ணீர் கண்ணீர். என்னால் அவள் சமைத்த உணவை உண்ணத்தோன்றவே இல்லை. அவ்வளவு ருசியும் அந்த எதிர்பாராச் சந்திப்பின் அழுத்தத்தில் அர்த்தமற்றுப் போயிருந்தன.

இரவில் அழுத்தமான அமைதியின் அலைகள் மோத, இருவரும் கடற்கரையின் மணல் வெளியில் அருகருகே அமர்ந்துகொண்டோம்.

'இப்பவாவது உங்க கைய நான் பிடிச்சிக்கலாமா?'

கேட்டுவிட்டு என் கண்களினூடே பார்த்தாள் மலர். அந்தக் கண்களின் தொலைதூரங்களில் ஏக்கங்களின் பேரலை பொங்கிப்பொங்கிச் சரிந்தது.

'என்னக் கொல்லாத மதி... மலர்' அவள் கைகளுக்குள் என் கை வெப்பத்துடன் புதைந்து கொண்டது.

என் கைகளை என்னென்னவோ செய்தாள். முத்தமிட்டாள், கோதிக்கொண்டாள். விரல்களை நீவி விட்டாள்.

'நீங்க மட்டும் என்னைய எப்படின்னாலும் கூப்பிடுங்க. என்னோட வாழ்க்கையில இது ஒரு பொன்னாள் மேம். மேம்னே கூப்பிடுறேன்.

உங்களச் சந்திப்பேன், சந்திக்கிற தருணம் ஏற்படும்னு நான் நெனைக்கவே இல்ல தெரியுமா?'

'என்ன நடந்துச்சி மலர்?'

'இதுவா?' ஒன்று குவித்திருந்த முழங்கால்களின் மீது தாடையை வைத்துக்கொண்டு கடலையே பார்த்தாள். அவள் கண்களின் வெளியில் நிலவின் ஒளி ததும்பியது அவளையே பார்த்துக்கொண்டிருந்த எனக்கு நன்கு புலப்பட்டது.

'நீங்க என் நம்பர ப்ளாக் பண்ணிட்டீங்களா. எனக்கு அப்பத்தான் ஒன்னு புரிஞ்சுது, என் வாழ்க்கையில நீங்க வந்த பின்னாடி எதுவுமே இல்லன்னு. நீங்க மட்டும்தான், உங்க கவிதை மட்டும்'.

‘ப்ளா ப்ளா.’

‘சரி, சொல்லல. நீங்க மட்டும் தான். கேளுங்க.’, அதட்டலாய்ச் சொல்ல நான் மௌனமானேன்.

சூன்யம் உடம்புல, வாழ்க்கையில. கண்ண மூடித் திறந்தா சூன்யம். தூக்கம் இல்ல. குடி குடின்னு எப்பவும் போதை, கவிதை, உங்க முகம். உங்க முகம் என்னை எரிச்சல் படுத்துச்சி. எங்க திரும்புனாலும் ரூமுல உங்க முகம். புத்தகங்களுக்கு இடையில உங்க ஞாபகம். உண்மையில சொல்லனும்னா அரளிவிதை அரச்சிக்குடிக்கனும்னு ஒரு வேகம். சிங்கப்பூர்ல அரளிவிதை கிடைக்குமான்னு தெரியல. எல்லாத்துக்கும் மேல உங்க மேல அப்படி ஒரு காமம். நான் எந்தப் பொண்ணையும் தொட்டதில்ல. சத்தியமா. சிங்கப்பூரப் பத்தித்தான் உங்களுக்குத் தெரியுமே. சுத்தி எங்கப்பாத்தாலும் காமத்தக் கழிக்கிறது அவ்வளவு வசதி. பொண்ணுங்க, டாய்ஸ், போர்ன்ஸ். அய்யோ, ஒரே காமச்சகதி. ஆனா எனக்கு எதுவுமே பிடிக்கல. உங்க காதல் தான் வேணும்னு ஒரு ஆங்காரம். உங்க உடம்ப நினைச்சாலே காமப்பெருக்கு. என் குறி விறைக்கும். பூதாகரமான காமம். உங்க உடம்பு பத்தி உங்களுக்கு ஒன்னும் தெரியாது. எனக்கு எல்லாம் தெரியும்’, என்னைத் திரும்பிப் பார்த்த அவள் கண்களில் காளியின் வெறி ஒன்று தென்பட்டது. மீண்டும் எதிரே கடலை நோக்கித் திரும்பினாள்.

‘என் குறி தான் அவ்வளவு பெரிய உபத்திரவம் மேம். உங்க நினைப்புல தேம்பும் போதெல்லாம் நான் இருக்கேன், நான் இருக்கேன்னு எனக்கு முரசறைஞ்சுக்கிட்டே இருக்கும். உடம்பச் சுருட்டிச் சுருட்டி எடுக்கும். தொடைக்கு இடையில கையி ரெண்டையும் பொத்திக்கிட்டு தெரு வெறிக்க ஓடனும் போல தோனும். ஒரு ராத்திரி அப்படி ஓடிட்டேன். அப்பத்தான் என் ஃப்ரெண்டு செந்தில், சைக்கியாட்ரிஸ்ட்கிட்ட கூட்டிட்டுப் போய் விட்டான். அவரு ஒரு இன்ஜெக்சன் போட்டாரு. என்ன போட்டாரோ தெரியல. அன்னைக்கு ராத்திரி ஒரு கனவு. என் குறியா நானே என் கண்ணெதிர்ல என் ரெண்டு கையால பிடிச்சிக்கிட்டு இருக்கிற மாதிரி. கனவு திரும்ப திரும்ப

மனசுல ஓடிக்கிட்டே இருந்துச்சு. என்ன சொன்னுச்சுன்னா என் குறிய அறுத்தாதான் எனக்கு இந்த துயரத்துலேர்ந்து விடுதலைன்னு. அப்படி நினைச்சோன்னவே எனக்கு அப்படி ஒரு நிம்மதி, மனசுல, உடம்புல. ஆனா, நினைச்சா போதாது. ஏன்னா திரும்ப உங்கள் நினைப்பு வரும்போது, ஒரு ஏக்கம், காதல், அப்படியே காமம். உடம்பே உடம்பக்கொடுன்னு கெஞ்சும். குறி ஆங்காரமெடுக்கும். போய் அறுத்துக்கிட்டேன். எவ்வளவு அழகாயிட்டேன் பாருங்க.'

நான் விக்கி விக்கி அழுதேன். மலர், வெறுமனே என் கைகளை வருடிக்கொண்டிருந்தாள். என் அழுகையின் குமுறல் அடங்குகையில் அவள் கண்களிலும் கண்ணீர் வழிந்திருந்தது.

கரையேறாத உணர்வுகளின் அலைகளால் ஆன கடல் போல எங்கள் கால்களை அலைகள் மோதிக்கொண்டிருந்தன. அந்தக் கடற்கரையில் எங்கள் உடல்கள் நீண்ட நேரம் அந்த இரவில் தனித்தனியே இருந்தன.

# 4. மூவர்

அந்த வீட்டைச் சுற்றிப் பனிமூட்டமாய் இருந்தது. வீட்டிற்கு நெருக்கமாய் இருந்த மாமரங்களின் கிளைகள் வழியே பனிமூட்டம் வேறு உலகத்தை மலர்விழியின் கண்களுக்குக் கொண்டு வந்திருந்தது. அந்தக் குளிரிலும் ஓர் அணிலை இன்னோர் அணில் விரட்டிச் சென்று கொண்டிருந்தது. இந்த வீட்டின் சொந்தக்காரர் மிகவும் ரசனை மிக்கவராக இருக்கவேண்டும். இதை இந்த வீட்டிற்கு வந்து பல முறை நினைத்துவிட்டாள். சசியிடமும் வளர்மதியிடமும் பல முறை சொல்லிவிட்டாள். அப்படி ஒரு பாங்கு, வீட்டின் அமைப்பில் இருப்பில் அறைகளில் வளைய வர ஏதுவான இடைவெளிகளில். ஐந்து மணிக்கு மேல் தூக்கம் வரவில்லை. எழுந்திருக்கலாமா, வேண்டாமா என்று ஃபோனை எடுத்துப் பலமுறை பார்த்துவிட்டுத்தான் எழுந்தாள். வளர், சசியை இடுப்புடன் சேர்த்துக் கட்டிப்பிடித்துக் கொண்டு உறங்கிக்கொண்டிருந்தாள். ஆங்காங்கே நிறைய மாமரங்கள். மரங்களினூடே வானத்திற்கும் பூமிக்கும் இடையில் ஒரு துகிலைப் போல் அசைந்து கொண்டிருந்தது. இன்னும் ஏழு ஆகியிருக்காது. தன் வீட்டில் என்றால் இந்நேரம் நிறைய வேலைகளை முடித்திருப்பாள். ஐந்து மணிக்கு எழுந்து பல்

விளக்கி, தன் பெட்டியில் இருக்கும் அப்பாவின் புகைப்படத்தை எடுத்து ஒரு முறை பார்த்துவிட்டு கழிவறைக்குச் சென்று அமர்ந்தவாக்கிலேயே ஃபோனில் அன்றைய உலகளாவிய சில செய்திகளை அரைகுறையாக மேய்ந்துவிட்டு, முகம் காலெல்லாம் கழுவிச் சமையலறைக்குள் நுழைந்தாள் என்றால், எட்டுமணிக்குத் தன் மூத்த பெண் வர்த்தினி என்ற வர்ஷா பள்ளிக்குக் கிளம்பும் வரை கால்கடுக்க நின்று வேலைசெய்யவேண்டியிருக்கும். வர்த்தினி, தன் பெயர் நவீனமாக, அந்தக்காலத்திற்குப் பொருந்துவதாக இல்லை என்று மாற்றிக்கொண்டாள். கொஞ்சம் சிடுசிடுவென முகத்தை வைத்திருப்பாள். ஆனால், நல்ல திடமான சிந்தனையும் போக்கும் கொண்ட பெண். நம்பி எங்குவேண்டுமானாலும் அனுப்பலாம். எந்த ஆணிடம் பழகினாலும் கவனமாக இருப்பாள். ‘கவலைப்படாதம்மா. இப்பைக்குக் கல்யாணமோ காதலோ இல்லவே இல்லை. உன்னைய மாதிரி எனக்கு மாமியார் வாச்சிட்டா...அப்பப்பா... என்னால இப்படியெல்லாம் இவ்வளவு படிச்சிட்டு வீட்டோட இருக்கமுடியாது’. குழந்தைகளுக்குத் தேவையான காலை உணவு, மதிய உணவு பின் மாமியாருக்குத் தேவையான உப்பு குறைவான, எண்ணெய் அதிகம் சேராத சில காய்கறிகள், தினம் தினம் புதிய ரசம், தயிர் என்ற வகைகள் எல்லாவற்றையும் தயார் செய்து விட்டு வந்து வர்த்தினி கிளம்பி வெளியே சென்றதும் சரியாக, மாமியார் வந்து இரண்டாம் முறை கிரீன் தேநீர் கேட்பார். கால்கள் கெஞ்சும். ஒரு பத்து நிமிடங்கள் எனக்கு ஓய்வுகொடுத்துக்கொண்டு மீண்டும் தொடரக்கூடாதா என்று கேட்கும். அவருக்குத் தேநீர் போடும் போது தனக்கும் கொஞ்சம் சேர்த்துப் போட்டு சமையலறை உள்ளேயே சன்னல் வழியாகத் தெரியும் தோட்டத்துச் செடிகள் ஒவ்வொன்றையும் பார்த்தவாறே குடித்து முடித்துவிடுவாள். ஆனால், அதற்குள்ளாகவே நிறைய வேலைகள் சொல்லுவார் மாமியார். ‘மேல என்னோட கண்கண்ணாடிய வச்சிட்டுவந்துட்டேன், மலர். எடுத்துட்டு வா. கொடியில காயுற நீல ப்ளவுச எடுத்து உள்ள போட்டுரு. வெளுத்துடும். ஷெல்ஃப்ல என்னோட அமிர்தாஞ்சன் டப்பா இருக்கு. அதையும் எடுத்துட்டு வந்துரு.’, மலரை மாடிக்கு

ஏறச்செய்யும் நோக்கமும், மலர் இன்னும் மாமியாருக்கு அடிமையாகத்தான் இருக்கிறாளா என்று பரிசோதிக்கும் நோக்கமும் தான் இருக்கும்.

அந்தப் பனித்துகிலினூடே ஒளி வீச அதன் திரையில் கண்ணுக்குப் புலனாகாத தன் வாழ்க்கையின் ஓட்டத்தை நின்று பார்த்துக் கொண்டிருந்தாள். எவ்வளவு நேரம் அப்படி பார்த்திருந்தாள் என்ற உணர்வில்லாமல் நின்று கொண்டிருந்தாள். சசி, கையில் ஒரு காபி கப்புடன் வந்து நின்றாள். தன்னுடைய காபியை எதிரில் முழங்கால் உயரமே இருந்த சுவர் மீது வைத்துவிட்டுப் பின்பக்கமாக வந்து மலரை அணைத்துக் கொண்டாள். மலருக்குக் கிறக்கமாக இருந்தது. கட்டுப்படுத்திக் கொண்டாள். தன் இடுப்பைக் கட்டியிருந்த வளர்மதியின் கைகளை எடுத்துவிட்டு விட்டு வந்திருக்கிறாள் என்று மலர் எண்ணிக்கொண்ட படியே, சசியின் கைகளைத் தன் மீது முழுவதுமாக உணர்ந்தாள். தன் கணவன் மதனின் கைகளின் நினைப்பும் கூடவே வந்தன. தொடக்கத்தில் அவன் தொடுகையில் படர்ந்த இன்பத்தின் அதிர்வு குறைந்து போய் செயற்கையான பழகிப்போன அசைவுகளுக்கு உடலைத் தயார் செய்து அவனுக்கு ஈடுகொடுத்துப் பல சமயங்களில் ஒப்புக்குத் தன்னை அளித்து அவன் அயர்ந்து போகும் போது விலகி வேறுபக்கம் திரும்பித் தன் வெறுமையைப் பெருமூச்சால் நிரப்பித் தூங்கிவிடும் வழக்கத்திலிருந்து வெளியே வந்தது போலிருந்தது. சசியின் கைகள் மென்மையாக, ஈரப்பதமாய் இருந்தன. அதற்குத் தன் உடலின் வெப்பமும் கூடக்காரணம் என்று நினைக்கும் போதே, சசி மலரின் வலது காதருகில் நெருக்கமாய், கிசுகிசுப்பாய், ‘நேத்து எப்படி இருந்துச்சு?’

‘ம்’, என்றாள். ‘என்ன ம்? ஏதாவது சொல்லு. புதுசா சொல்லு?’ சசி கிளறினாள்.

மலருக்குப் பேசத்தோன்றவில்லை. அப்பொழுதைய அவள் உடல் தரும் கிறக்கத்தில் மூழ்கவேண்டும் போல் இருந்தது. ‘கிறக்கமா இருக்கு’. சசி, அது தான் வாய்ப்பு என்பது போல், மலரின் இடது மார்பைத் தன் இடது கையால்

தடவிக்கொடுத்தாள். மலர் முனகினாள். மயக்கம் வருவதைப் போல இருந்தது. அந்த இடத்திலேயே உடைகளையெல்லாம் களைந்து விட்டு சசியை மேலே கிடத்திக்கொள்ளவேண்டும் போல இருந்தது. ஆனால், அதை மெதுவாக நடைபெறச் செய்யவேண்டும். இங்கே எதுவுமே அவசரமில்லை. காலக்கோடு இல்லாத வெளிக்கு வந்திருக்கிறோம். மொபைல் ஃபோன்கள் இல்லையென்றால் இந்தக்காலத்தில் தொலைந்து போவது இன்னும் எளிதாக இருந்திருக்கும். 'இப்படி வா', என்று சசி மலரை இழுத்துக்கொண்டு போய் எதிர்ப்பக்கம் ஓரத்தில் இருந்த சுவர் மீது சாய்த்து அவள் மீது தானும் சாய்ந்து இருகைகளாலும் இரு முலைகளையும் வருடிக்கொடுக்க உடை மீது என்றாலும் கடும் போதையாக இருந்தது. தேநீர் ஆறிக்கொண்டிருந்தது.

மூவரில், வளர்மதி தான் இந்தப்பயணத்தில் மிகவும் இன்புற்றுக் கிடந்தாள். அவளுடைய கணவன் எப்பொழுதும் அவளிடம் வன்முறையாக நடந்து கொள்பவன். பேச்சிலும் சரி செயலிலும் சரி அவளை அடிக்காமல் துன்புறுத்தாமல் அவனால் எதுவுமே செய்யமுடியாது. பார்க்க அழகாக இருப்பான். மலருக்கு அவனைப் பார்த்ததுமே பிடித்திருந்தது. முன்னொரு தோழியின் வீட்டுத் திருமணச் சந்திப்பில் வளர் அவனைப்பற்றி எல்லாவற்றையும் சொன்னதும், மலருக்குச் சப்பென்று ஆனது. அவனைச் சுத்தமாகப் பிடிக்காமல் ஆனது. மனிதர்களின் புறத்தோற்றத்திற்கும் குணத்திற்கும் சம்பந்தமே இல்லை. திருமணம் முடிந்து சாப்பிட்டு மண்டபம் ஒட்டிய தென்னந்தோப்பில் காலாற நடந்து வரும் சிறிய வாய்ப்பு கிடைக்கும் போது வளர் அவனைப்பற்றிச் சொல்லியபடியே அழுதாள். அவளுடைய மாமியாரையும் தான் இறக்கும் நாள் வரை மாமனார் அப்படித்தான் அடிப்பாராம். தலையில் நங் நங்கென்று கொட்டுவாராம். அது குறையென்று மாமியாருக்கு எப்பொழுதுமே தோன்றியதில்லை. அதனால் தான் வளர்மதியின் கணவனுக்கும் அது ஒரு நோய் என்று தோன்றியதே இல்லை.

வளர் கொஞ்சம் கொஞ்சமாக எதிர்க்கத் தொடங்கி ஒரு

முறை சண்டையாகி வளரின் வலது கையை முறுக்கி உடைத்துவிட்டான் அவளுடைய கணவன். அந்தச் சில நிமிடங்கள் குற்றவுணர்வில் அவன் வருந்தியது போல் தோன்றினாலும் இதெல்லாம் சரியாகிவிடும் என்று தனக்குத்தானே மனதைத் தேற்றிக்கொண்டானாம். வளரின் மாமியார் எப்பொழுதாவது மனம் திறந்து பேசினாலும் பல நாட்கள் தொடர்ந்து வளரிடம் பேசாமல் இருந்திருக்கிறார். இந்திரா என்ற பெயருக்கும் வளரின் மாமியாருக்கும் சம்பந்தமே இல்லை என்று கசப்பாய்ச் சிரிப்பாள். மாமனாரும் கணவனும் எப்பொழுதாவது வெளியூருக்குச் செல்லும் போது, வளரின் மாமியார் அவளிடம் வந்து தன்னைக் குளிப்பாட்டிவிடும்படிச் சொல்வாராம். ஒட்டுத்துணி இல்லாமல், முக்காலியின் மீது அமர்ந்து கொண்டு உடலுக்கு இதமாக வெந்நீர் ஊற்றச்சொல்வாராம். ‘நல்லா தேச்சிவிடு’, என்று சொல்லிச் சொல்லிக் குளிப்பாராம். சில மணி நேரம் வரை அப்படியே நிர்வாணமாய் இருந்து குளித்துவிட்டு, வீட்டின் அறைகளில் கூட அப்படியே திரிவாராம். வளருக்கு முதலில் சங்கடமாக இருந்தது போகப்போக, மாமியாரின் மனநிலை புரிந்து அவர் மீது இரக்கம் தான் தோன்றியதாம். ‘உடம்ப ஒத்த அறை மட்டும் இருக்குற வீடு மாதிரியே வச்சுக்கிட்டுத்தான் செத்துப் போப்போறேன். ஜெயில்ல இருக்குற மாதிரி. நீயாவது அப்படியெல்லாம் இருக்காத’, என்று அடிக்கடி சொல்வார் என்றாலும் மகன் முன்னால் வளரிடம் ஒரு சொட்டுக் கூட அன்பு காட்டியதில்லை. வளருக்கு எரிச்சல் எரிச்சலாய் வரும் என்பாள். இதில் வேறு, வளருக்குக் குழந்தையே உண்டாகவில்லை. பல நேரங்களில் கணவனும் மாமியாரும் மாமனாரும் ‘மலடி’, என்று தான் அழைப்பார்கள். அதுவே பெயர் மாதிரி கூட உடம்புடன் ஒட்டிக்கொண்டதாக வளர் சொல்வாள். வளர்மதி என்று தன்னை யாரேனும் அழைத்தால் தன்னைத்தான் அழைக்கிறார்கள் என்று உணர கணம் பிடிக்கும்.

வளரின் மாமனாரும் மாமியாரும் ஒருவர் பின் ஒருவராய் ஓர் ஆண்டு இடைவெளியில் இறந்து போனார்கள். கணவன் இறந்ததும் மாமியார் அடிக்கடி சொரசொரவென்ற

தேய்ப்பானைத் தன் பாலுறுப்பின் மீது தேய்த்துக்கொண்டு இரத்தம் சொட்டச்சொட்ட வந்து வளரின் முன் நிற்பாளாம். 'என்னம்மா இப்படி பண்ணுறீங்க', என்று சொன்னால், 'அவர் இல்லாம நான் எப்படி இருப்பேன்', என்று அழுவாளாம். காயம் ஆறியதும் மீண்டும் அப்படி ஒரு முறை செய்தபோது, வளர் உடைந்து அழுதாளாம். 'நான் என்ன செய்யனும்னு சொல்லுங்க ப்ளீஸ்.' அப்படிச் சொல்லும் வளர்மதியின் கண்களையே உறுத்துப் பார்த்துக் கொண்டிருந்தாராம்.

'பெண்களோட உரையாடலில் பல நேரம் சம்பவங்களே இருக்கிறது இல்ல, மலர். பல சமயம் நாம ஆம்பிளைங்க முன்னாடி, அல்லது அவங்க சூழல்ல தேமேன்னு ஒரு எருமை மாதிரி நிக்கனும். அவ்வளவு தான் இந்த வாழ்க்கை. உனக்கு ஒன்னு தெரியுமா?', வளர் கேட்ட போது மலர் தூரத்தில் வானில் ஒரு பறவை வட்டமடிப்பதைத்தான் பார்த்துக்கொண்டிருந்தாள். 'ஒரு தடவ கூட என் கூட அந்த ஆளு உறவு வச்சிக்கிட்டதே இல்லை. எப்பப் பாத்தாலும் நான் என்னைய நானே அவன் முன்னால அப்படியே செஞ்சுக்கனும். மொதல்ல அசிங்கமா இருந்துச்சி. அப்புறம் அவன் ஒரு பெர்வர்ட். இதுக்கு மேல என்னால சொல்லமுடியாது. நாம கல்யாணம் பண்ணிக்கிற ஆம்பிளைய சொத்தா நினைச்சிக்கிறோம். அவங்க அசிங்கம் வெளிய தெரியாம அதை மூட்டை மாதிரி கட்டி வச்சிக் கடைசில தானே அந்த மூட்டையா ஆகிடறோம். என் மாமியாரு அப்படித்தான் வாழ்ந்தாங்க. நானும் அப்படித்தான்', வளர்மதி மலரிடம் சொல்லிச் சொல்லி ஓய்ந்து போவாள். இத்தனைக்கும் வளர்மதியின் உடல் வாளிப்பான, கவர்ச்சியான ஆரோக்கியமான உடல். ஓயாமல் வேலை செய்து கொண்டே இருப்பாள். ஒரு நிமிடம் கூட ஓய்வாக இருக்கமாட்டாள். 'அது அப்படித்தான். மனசோட வேகத்த உடம்புல பாய்ச்சிக்கிட்டோமுன்னா வாழ்க்கைய பத்தி துக்கமே படவேணாம் தான.', என்று வளர்மதி சொல்லிவிட்டுப் பேச்சை அடுத்த விடயத்திற்குக் கொண்டு செல்வாள்.

மூவருமாய் அந்த வீட்டிற்கு வரவேண்டுமென்று முடிவெடுத்த

போது ஒவ்வொருவரும் அவரவர் வீட்டில் ஒவ்வொரு பொய்யைச்சொன்னார்கள். சசி, தன் வேலை விசயமான ஒரு கருத்தரங்கிற்குச் செல்லவேண்டும். அப்படியே அருகில் இருக்கும் மலர்விழி வீட்டிற்கு இரண்டு நாட்கள் என ஒருவாரம் ஆகும் என்று சொன்னாளாம். வளர்மதி, தன் கணவனை விட்டு ஒரு நாள் கூட வெளியே சென்றதில்லை. ‘என் தூரத்து அக்கா சொந்தம். அக்கா மொறை வேணும். புள்ளைக்குச் சடங்கு வச்சிருக்கா. போயிட்டு வந்துர்ரேனே’, என்று சொன்னதும் என்ன நினைத்தானென்னு தெரியவில்லை. உடனே ‘ம்’, என்று சொல்லிவிட்டான். தான் இந்தப்பக்கம் சென்றதும் போர்ன் படங்கள் போட்டுப்பார்ப்பான் என்று வளர்மதிக்குத் தெரியும். மலர்விழிக்கு மாமியார் தான் சங்கடம். ‘எங்கம்மா வீட்டுக்குப் போயிட்டு வந்துரேன். அம்மாவுக்குக் கால்வலியா இருக்காம்’, என்று சொன்னதும், ‘எனக்குந்தான் கால் வலி. யார் சமைக்கிறது, வீட்டைத் துடைக்கிறது’. சரியான நேரத்தில் மலர்விழியின் கணவன் உள்ளே வந்து, ‘போயிட்டு வரட்டும். ரெண்டு நாளைக்கு வெளிய சாப்பிடலாம். குழந்தைங்க கேட்டுக்கிட்டே இருக்காங்க’. மலர்விழி தன் அம்மாவிடம் சொல்லிவைத்திருந்தாள். மலர்விழி அம்மா கமலாவிற்குச் சந்தேகம் தலைதூக்கியது. ‘அப்படி எங்க மலர் போற? வேற ஒன்னும் பிரச்சனை இல்லையே’, என்று கேட்டு வைத்தாள். பெண்ணின் விடுதலையுணர்வு எவ்வளவு சந்தேகக்கேள்விகளைப் பின்னுகின்றன என்று நினைத்தபடியே பெட்டியில் துணிகளை எடுத்து வைத்தாள். தனக்குப் பிடித்தமான ஸ்லீவ் லெஸ் பிளவுஸ்களை மட்டும் எடுத்து வைத்தாள். கேட்டதிலிருந்து மாமியார் முகத்தைக் கடுகடுவென்று வைத்துக்கொண்டு திரிந்தாள். மலர்விழிக்குமாய்ச் சேர்த்து வாங்கும் மல்லிகை சரத்தை வாங்காது தவிர்த்தாள்.

மூவருமாய் ஒன்றாக இருக்கப் போகிறோம் என்று முடிவெடுத்ததிலிருந்து மலர்விழி சூழலுடன் எதுவுமே ஒட்டவில்லை. கண்ணுக்குத் தெரியாத பொன் சிறகுகள் விரித்தாற்போல தரையில் கால் பாவாது பறந்து கொண்டிருந்தாள். இரவில் கண்விழித்து பரவும் இருளினூடே

மின்னும் நட்சத்திரங்களைத் தேடிக்கொண்டிருந்தாள். அவள் முன்பு திரையில் மூவருமாய்ச் சத்தமின்றிச் சிரித்தபடி இருந்தார்கள். கிசுகிசுத்துக் கொண்டிருந்தார்கள். வளர்மதியும் சசியும் மலர்விழியின் முலைகளைத் தொட்டுப்பார்த்தார்கள். அந்த முதல் தொடுகை சிலிர்ப்பாய் இருந்தது. மறந்து போன சிலிர்ப்பை நினைவூட்டுவதாய் இருந்தது.

சசி தான் இதைத் தொடங்கிவைத்தாள். எல்லோரும் மாறி மாறி இணைப்பு அழைப்புகளில் தங்கள் வீட்டுத் துயரங்களைப் பகிர்ந்துகொள்வதை நீண்ட நாட்களாகக் கொண்டிருந்தனர். மதிய வேளைகள் பெரும்பாலும் அவரவர் வீட்டின் அன்றைய சம்பவங்களைப் பகிர்ந்து கொள்வதாக இருக்கும்.

'ஏய், கழுதைங்களா. எனக்கு ஒரு ஐடியா தோனுது'

'சொல்லு, சொல்லு முண்டை. உடனே சொல்லு', வளர்மதி.

'ஆனா நான் சொன்னதும் உடனே யாரும் பின் வாங்கக்கூடாது. இதே மாதிரி தினமும் எப்படிப் பேசிக்கிறோமோ அதுல மாத்தம் வரக்கூடாது'

'சொல்லித்தொலையேன். இவ்வளவு பீடிகை போடாத', மலர்.

இடையில் மாமியார் ஒட்டுக்கேட்பது போல் அந்தப்பக்கமாய் வந்து சென்றதைக் கவனத்துடன் மனதில் வைத்துக்கொண்டாள், மலர்.

'மொதல்ல உன் ஐடியாவ சொல்லேன், முண்டை', வளர்மதி

'நாம் மூனு பேரும் ஒரு வாரத்துக்கு இன்னொரு இடத்துல போய்த் தங்கனும். நாம மூனு பேரு மட்டும்'

சில நொடி மௌனத்திற்குப் பின், மலர் கேட்டாள். 'ஒரு வாரத்துக்குப் போய் இன்னொரு இடத்துல தங்கி...அப்புறம்...?'

வளர்மதி, 'யப்பப்பா என்னால முடியாது. ஒரு வாரத்துக்கா... அப்புறம்?'

சசி சட்டென்று சொன்னாள். 'நாம எல்லோரும் ஒரே மெத்தையில ஒரே ரூம்ல படுத்துத் தூங்கிக் கட்டிப்பிடிச்சி, முத்தம் கொடுத்து... எல்லாமும் தான் செய்யனும். அப்புறம்

ஒரு வாரம் என்ன பண்ணுறதாம்', கிண்டலான தொனியில் கேட்க, வளர்மதி வீறிட்டுக் கத்தினாள். ஆனால், சத்தம் வரவில்லை. தன்னையறியாமல் வாயைப் பொத்தியிருந்தாள்.

சசி, எச்சரிக்கையாகி எல்லோருக்கும் யோசிக்கக் கொஞ்சம் நேரம் வேண்டுமென்று கருதி, 'சரி நாளைக்குப் பேசலாம். நாளைக்குச் சொல்லுங்க', என்று சொல்லி அழைப்பைத் துண்டித்தாள்.

மூவரில் சசி தான் அழுத்தமானவள். என்ன நினைக்கிறாள், என்ன மாதிரியான வாழ்க்கையை வாழ்கிறாள் என்ற மற்ற இருவரிடமும் பகிர்ந்துகொள்வதில்லை. அவள் கணவனுக்கு இரண்டாம் மனைவி. முதல் மனைவி இறந்த பிறகு அவளுக்கு இருந்த பெண் குழந்தையை வளர்ப்பதைக் காரணம் காட்டித்தான் அவளுடைய கணவன் சங்கர் சசியைத் திருமணம் செய்து கொண்டான். சசியின் வீட்டில் இவளுக்குப் பிறகு மூன்று பெண்கள். அவர்களுக்காகவேனும் இவள் வீட்டிலிருந்து வெளியேற வேண்டியிருந்தது. சசிக்கு எங்கு வாழ்வதும் எப்படி வாழ்வதும் ஒன்று தான் போல. அந்த அளவிற்கு அவள் தனக்குள் வாழ்ந்து கொண்டிருப்பவள் போல இறுக்கமான முதுகெலும்புடன் இருந்தாள். அவள் கணவன் சங்கரைப் பார்த்ததே இல்லை. பதிவுத்திருமணம் தான் நடைபெற்றதால் மலர்விழியையும் வளர்மதியையும் திருமணத்திற்கு அழைக்கவில்லை. முதல் மனைவிக்குப் பிறந்த பெண் வளர்ந்து கல்லூரி செல்லத்தொடங்கிவிட்டாள். அவளுக்கு சசி யாரென்று தெரிந்தாலும் அன்பாகவே நடந்து கொள்கிறாள் என்று சொல்வாள் சசி. எப்பொழுதும் சிறிய பூக்கள் உதிர்ந்து கிடக்கும் சேலையைத் தான் அணிவாள். பெரும்பாலும் அவை மொடமொடவென்று கஞ்சியில் ஊறவைத்து உலரவிட்டு, சலவை செய்த உடைகளாயிருக்கும். வளர்மதியும் மலர்விழியும் முதன்முதலாக சசியை முழுவதுமாகப் பார்த்த அனுபவம் பரவசமானதாக இருந்தது.

மூவரும் இந்த வீட்டிற்கு வருவதற்கு முன் இந்த வீட்டை ஒட்டியிருந்த பேருந்து நிலையத்தில் வந்து சரியாக மாலை ஆறுமணிக்குச் சந்திப்பதாகத் திட்டம். வளர்மதி, பத்து நிமிடங்கள்

தாமதமாக, மிகுந்த பதட்டத்துடன் வந்து சேர்ந்தாள். அவள் அப்படித்தான். எல்லாவற்றையும் பெரிதாக்கிவிடுவாள் என்று சசியும் மலரும் நினைத்தனர். அங்கேயிருந்து ஆட்டோவில் வரலாம் என்றாலும் ஒரு குறுகிய சந்தின் இறக்கத்தை நோக்கிப் பாயும் பாதை வழியாக சசி அழைத்துவந்தாள். 'எதுக்கு ஆட்டோ டிரைவருக்கு நாம இங்க இருக்கோம்னு தெரியனும்?'

'ஏதோ கொலை பண்ணப்போற மாதிரி கிலியா இருக்கு', என்று வளர் சொல்ல சசி அவளைச் சிறியதாக முறைத்தாள். 'நாம கொஞ்சம் சுதந்திரமா அக்கடான்னு இருப்போம். இதுல யாருக்கு என்ன வம்பு', என்ற சசிக்கு பதிலாய், 'ம்க்கும்', என்று வளர் பதில் கொடுத்தாள். வளருக்கு சிறுநீர் முட்டிக்கொண்டு வந்தது. எப்பொழுது வீடு போய் சேர்வோம் என்று நினைத்துக்கொண்டிருந்தவளை, 'என்ன ஆச்சு மலர்? எல்லா ஓகே தான?', என்று சசி கேட்க, 'ம். யூரின் போகனும். வேற ஒன்னும் இல்ல'.

'இதோ மூனு நிமிசம் தான். பொறுத்துக்கோ. இங்க எங்கயும் நிக்கவேணாம்', சசி வேகமெடுத்து இன்னும் இரண்டு குறுக்குத் தெருக்கள் வழியாக நடந்து ஒரு சிறிய பங்களா வீட்டின் முன் போய்ச் சேர்ந்து அதன் முன்பக்கத்தைத் தழுவி நின்ற கொடிகளின் கீழ் இருந்தக் கதவைத் திறக்கவும் தான் எல்லோரின் உடல்களும் இறுக்கம் தளர்ந்தன. மலர், கழிவறையைத் தேடி சிறுநீர் கழித்து வரவும், வளர் சென்று வந்தாள். மூவரும் அறையின் நடுவில் வந்து நிற்க, மூச்சு முட்ட மூவரும் கட்டியணைத்துக் கொண்டனர். சட்டென்று விலகி நகர்ந்தும் கொண்டனர்.

வளர் சொன்னாள். 'மொதல்ல குளிச்சிட்டு வந்துரலாம். எனக்குப் பதட்டமா இருக்கு'.

'சரி', வளருக்குக் கொஞ்ச நேரம் தனியாக இருந்து தன்னைத் தயார் செய்துகொள்ளவேண்டும் போல் இருந்தது. அல்லது, தனியாகவே அந்தக் குளியலறையில் இருந்துவிட்டால் நல்லது என்று தோன்றியது. நீர் தூவும் ஷவரை திறந்து விட்டுக் கீழே வெறுமனே நின்றிருந்தவளின் உடலில் மெல்ல மெல்ல உணர்வுகள்

ஆங்காங்கே கொடிகளென முளைத்துப் படரத்தொடங்கின. கைகளை மார்பின் குறுக்கே தன்னைத்தானே இறுக்கிக் கட்டிக்கொண்டு உணர்வுகள் வடிந்துவிடாதிருக்க மிகவும் முயற்சி செய்தாள். அழுகை முட்டிக்கொண்டு வந்தது. கால்கள் துவண்டு மடிந்து விடும் போல் இருந்த போதே, அரைக்குளியலில் டவலைச் சுத்திக்கொண்டு வந்து உடை மாற்றிக்கொண்டாள். மலர் பொதுவென இருந்த பெரிய அறைக்கு வரும் முன்பே, சசியும் வளரும் அங்கே இருந்த மெத்தை மீது அமர்ந்து வளர் வருவதற்காகக் காத்திருந்தனர். இருவரும் மலரையே ஆவலாகப். பார்த்திருந்தனர். ஈரத்தலையைத் துவட்டியபடியே என்ன என்பது போல் தலையை மட்டும் அசைத்து மலர் கேட்க, ஒன்றுமில்லை என்று சசியும் வளரும் நமட்டுச் சிரிப்பு சிரித்தனர். இவளும் அவர்கள் அருகில் சென்று உட்கார அந்த இடத்தில் பரவசத்தின் வெளிச்சம் பரவியது போல் இருந்தது.

அப்பொழுது தான் சசி மற்றவர்கள் மிரள்வதைப் போல் ஒன்று செய்தாள். சட்டென்று வளரைப் பின் தலையுடன் தன் பக்கம் தள்ளி அவள் உதடுகளைத் தன் உதடுகளுக்கு இடையே துவைத்து எடுத்தாள். வளர் ஒரு கட்டத்தில் சட்டென்று விலகி, 'ப்பா..இதுக்கு மேல முடியாதப்பா', என்று திணறினாள். இரண்டு மூன்று முறை மூச்சுவாங்கிக்கொண்டாள். மூவருமே சொல்லி வைத்தது போல் நைட்டி அணிந்திருந்தனர். வளர் விலகவும், சசி மலரைப்பார்த்துப் பெரியதான ஒரு புன்னகைபூத்தாள். மலர் சசியை நோக்கித் தன் முகத்தைக் கொண்டு செல்ல, சசியும் மலரும் வளர் ரசிக்கும் படியான ஒரு முத்தத்தை நீண்ட நேரமாகக் கொடுத்தனர். அப்படியே மலர் சசியைப் பின்னோக்கித தள்ள, சசி மலரின் ஒரு கையைப் பற்றி, தன் நைட்டியின் முன் பொத்தான்களை அவிழ்க்க வைத்து தன் இடது முலைக்கு அவள் கையை அழைத்துச் சென்றாள்.

'மூனு பேரும் சேந்து என்ன செய்யறது?' என்று அடுத்த நாள் வளர் கேட்டபோது, மலரும் சசியும் உரக்கச்சிரித்துவிட்டார்கள். 'சரி, நான் மக்கு தான். அதுக்காக இதெல்லாம் புரியாம இல்ல', என்று எல்லோரையும் நிகழ்வின் நடுப்பகுதிக்கு

இழுத்து வந்தாள். ‘முத்தம் கொடுத்துக்கிட்டா போதும், முத்தம் கொடுக்கத்தெரிஞ்சா போதும்’, என்று சசி சொல்ல, ஆர்வக்கோளாறாக மலர், ‘முத்தம் மட்டும் தானா?’ என்று கேட்க, ‘குறைந்த பட்சம் முத்தம், அதிகபட்சம் நிர்வாணம்’, என்று சொன்ன சசிக்குப் பின் எல்லோருக்கும் இதயம் படபடத்ததை ஃபோன் உரையாடலிலேயே உணரமுடிந்தது. பேசிக்கொள்ளாத பகுதிகள் நிறைய இருந்தன. இது தான் மூவருக்குமே முதல் அனுபவம். இயன்றவரை, அவரவர் கற்பனையின் சிறகுகளை விரித்துக்கொண்டிருந்தனர். துணிகரமான சாகச நிகழ்வு போன்ற உணர்வும் எதிர்பார்ப்பும் அந்த நாட்களை நோக்கி நெருங்கிக்கொண்டிருந்தன. மலர்விழி, உடைகளைத் தேர்ந்தெடுத்துச் சேகரித்திருந்தாள். காமத்தின் மயக்கமும் அதன் சாயலும் தூக்கலாய் இருந்தன அவள் உடையில். வலை போன்ற மெலிதான உடையும், கையில்லா ப்ளவுசுமென வைத்திருந்தாள். வளர்மதி வாசனை திரவியங்கள் சிலவற்றைச் சேர்த்திருந்தாள். ஏதோ தன் உடல் பற்றிய சங்கடங்களும் அவற்றின் துர்வாசனைகளையும் போக்க முயற்சித்தது போல் இருந்தது அந்த வாசனை திரவியங்களைக் கொண்டு வந்திருந்தது. சசி, அதிலெல்லாம் நாட்டம் இல்லாமல், தன் உடலை முழுமையாகத் திறந்து ஒப்படைத்துவிடுவது போலவும், அந்த அறையெங்கும் இறகுகளை மிதக்க விட வந்தவளைப் போலவும் நடந்து கொண்டாள். ஒரு சாயலில் அவள் மெத்தையில் கிடக்க, வளர்மதியும் மலர்விழியும் அவள் உடல் மீது முத்தமிட்டு நக்கிக் களித்தது, ஒரு தாய்ப் பன்றியின் மீது உவகையுடன் புரளும் பன்றிக்குட்டிகள் போலவும் அந்தத் தாய்ப்பன்றியின் பெருந்தன்மை நிறைந்த பாவனையும் சசியிடம் தென்பட்டன.

ஒவ்வொரு முறையும் காமத்தில் உச்சத்தினை அனுபவிக்கையில் வளர்மதி வெடித்து அழுதாள். மலரும் சசியும் அந்த அழுகை முடியும் வரை அதன் கேவலில் தோய்ந்து கிடந்தனர். வளர்மதி அழுதது மலருக்கு எரிச்சலாகத்தான் இருந்தது. தன் போத நிலையைத் தொல்லை செய்யும் ஓர் எரிச்சல். மலருக்கு சசி தன் உடலை ஈந்தது கொள்ளை எழுச்சியைக் கொடுத்தது.

துடியான கலவியின் எல்லை வரை எல்லோரும் சென்று சென்று ஓய்ந்தனர் அறைக்குள் சந்தன ஊதுவத்தியும் மல்லிகை வாசனை பரப்பும் பெரிய வெள்ளை மெழுகுவர்த்தியும் எரிந்து கொண்டிருந்தன. புகையும் வாசனை நாசியைத் தூண்ட எல்லா புலன்களும் எழுச்சிகொண்டு தீவிரமாக இயங்கின. இந்த இயல்பு நிலையை எட்டுவதற்கு சில கணங்கள் பிடித்தன என்றாலும் ஆணின் உடலிலிருந்து மாறுபட்ட உடலை முதன்முறையாகக் கண்ட உவகை தீப்பற்றி எரிந்தது. அதிலும் தன்னைப் போன்ற உடலே தன் முன் நிற்க யானை தன் தும்பிக்கையால் எதிரில் நிற்கும் யானையைத் துழாவிடம் பாந்தம் அப்பிக்கொண்டது. தொடர்ந்து ஐந்தாவது முறை உச்சம் கண்ட வளர், 'எனக்குத் தீட்டே வந்துடும் போல. விடுங்கப்பா', என்று மெத்தையில் சரிந்தாள். மலருக்கும் சசிக்கும் அது பெரிய சந்தர்ப்பம் போல இருந்தது. இருவரும் முழு தீவிரத்துடனும் விடுதலையுடனும் நீள முயக்கத்தின் குகைக்குள் நுழைந்து இருளைக் கிழித்துக் கொண்டிருந்தனர். மலர், 'என் ராட்சசி', என்று அசைவுகளுக்கு இடையே சொல்லிக்கொண்டிருந்தாள். சசி, 'முண்டை இன்னும் வேகமா செய்யுடி', என்று அவளை இயக்கிக் கொண்டிருக்க, வளர் அவர்களை வைத்த கண் வாங்காமல் வேடிக்கை பார்த்துக்கொண்டிருந்தாள். இப்பொழுது அவள் களைப்புற்று நோக்கி உவக்கும் இன்பத்தைத் துய்க்கும் உலகத்தைத் திறந்து கொண்டாள்.

மலர் மெத்தையை ஒழுங்கு செய்யும் போது ஒரு வித தியான மனநிலையுடன் இருந்தாள். சசி, வாங்கிவந்திருந்த உணவை ஃபிரிட்ஜிலிருந்து எடுத்து சூடாக்கினாள். வளர், ஜானகியின் 'எந்தன் நெஞ்சில் நீங்காத தென்றல் நீதானா', என்று பாடிக்கொண்டே குளித்துக்கொண்டிருந்தாள். மலரும் சசியும் ஒருவரையொருவர் பார்த்துப் புன்னகைத்துக்கொண்டனர். மலர் சமைத்துக்கொண்டிருக்கும் சசியை ஒரு முறை கட்டி அணைத்து முத்தம் கொடுத்துக்கொண்டு வந்தாள். 'என்ன செஞ்சாலும் தீராததா இருக்குல்ல', என்று தனக்கு மட்டுமே கேட்கும் குரலில் சொல்லிக்கொண்டாள்.

ஒரு வாரம் மிகவும் குறுகிய காலம் போல இருந்தது மலருக்கு. வளர்மதி, 'இப்படியே இங்கேயே இருந்துரலாம்னு தோனுது', எனக்கு என்றாள். 'நீங்க ரெண்டு பேரும் இப்படியே என்னைய வச்சிக்கிட்டீங்கன்னா வீடு மெழுகி, சமைச்சிப்போட்டு உங்க துணியெல்லாம் துவைச்சிப் பாத்துக்குவேன்', என்று கெஞ்சினாள். அது பொய்யானது போல் மற்ற இருவரும் கருதிக்கொண்டனர் என்றாலும் மூவருக்குமே அந்த வாழ்வு சலிக்காது என்றே தோன்றியது. அந்த ஒரு வாரத்தில், மூவரின் உடல்களும் ஓர் உடலாகியது. இயல்பான விடுதலை உணர்வு பீடித்துக்கொண்ட பெண்களாய்த் திரிந்தனர்.

அவரவர் வீட்டிற்குக் கிளம்பிச் சென்ற சில நாட்களில், வளர்மதியிடமிருந்து மலருக்கு ஒரு குறுஞ்செய்தி வந்தது. 'மலர், நான் ரொம்ப மகிழ்ச்சியா இருக்கேன். தாங்கஸ் தாங்க்ஸ் தாங்க்ஸ்', என்று எழுதியிருந்தாள். பதிலுக்கு மலரும் 'லவ் யூ ', என்று குறுஞ்செய்தி அனுப்பினாள். அன்றைய இரவு மலருக்கும் அவளுடைய கணவனுக்கும் சிறிய சண்டை வந்தது. நீண்ட நேரம் வெளியே நண்பர்களுடன் மதுவருந்திவிட்டு வந்ததுடன் நடு நிசியில் அவளை எழுப்பி உறவுக்கு அழைத்தான். மது அருந்தியதால் வேண்டாமென்று சொன்னாள் மலர். 'கொஞ்ச நாளாவே நீ இண்டரஸ்ட் காட்ட மாட்டேங்குற', என்று வற்புறுத்தி இணங்க வைத்தான்.உறவுக்குப் பின் எரிச்சலாகவும் மனம் லயமற்றும் இருக்க மொட்டை மாடியில் வந்து நீண்ட நேரம் திரிந்தாள். அலைமோதிக்கொண்டிருந்தது இதயம். நடுநிசியில் சசியையோ வளரையோ அழைத்துப் பேசலாம் என்ற ஏக்கமும் தயக்கமும் தடுத்தன.

காலை எழுந்து கழிவறை சென்று முகமெல்லாம் கழுவி விட்டு வெளியே வரவும் மலரின் ஃபோன் ஒலித்தது. ஓடிப்போய் எடுத்தாள். அதிகாலை என்பதால் கவனத்தைக் கவரும் அழைப்பு. சசி தான். 'ஏய், வளர் தற்கொலை செஞ்சுக்கிட்டா', என்றாள். 'எதிர்பார்த்தது தான்', என்று சொல்ல வந்த மலர் சொல்லாமல் ஃபோனை காதிலேயே வைத்துக்கொண்டிருந்தாள். சசி, மலர் மலர் என்று அழைத்துக்கொண்டே இருந்தாள்.

# 5. உடல் வேண்டும்

ஏனோ திருவுக்கு கல்யாணி மீதான அன்பு சற்றும் குறையவே இல்லை. திருமணமாகி வந்த நாள் முதல் ஒரு நொடி கூட அவள் மீது சுள்ளென்ற கோபமோ சிடுசிடுப்போ எரிச்சலோ தோன்றியதே இல்லை. மற்ற பெண்கள் மீதும் ஈர்ப்பு உண்டாகியது இல்லை. தற்செயலாய் கல்யாணியின் தோழி கயல் ஒரு முறை வந்து ஒரு வாரத்திற்கு மேல் தங்கியிருந்தாள். அவள் தன் ஈடுபாட்டைக் கடுமையாக வெளிப்படுத்திய போதும் கூட கல்யாணியின் உடலைத் தாண்டி தனக்கு கயல் மீது எதுவுமே உண்டாகவில்லை. புறப்படும் போது, கயல் அதைச் சுட்டிக்காட்டிக் கடிந்து இரு சொட்டுக் கண்ணீரைக் கூட உதிர்த்துவிட்டுச் சென்றாள். கல்யாணி, திருத்தமாகப் புடவை கட்டுவாள். வீட்டுக்குள் சமையல் கட்டிற்குள் வேலை செய்யும் போதும் சரி, தான் வேலை பார்க்கும் வங்கிக்குச் செல்லும்போதும் சரி புடவையில் ஒரு சிற்பத்தின் நேர்த்தியும் உடல்மொழியும் இருக்கும். செல்வச்செழிப்பான வீட்டில் பிறந்தவள். காவிரி பாசன நிலவெளிகளில் அதிக நிலபுலன்களுடன் வாழ்ந்த குடும்பம். எப்பொழுதும் வீட்டில் சிரிப்பும், பலகாரமும், விருந்தினரும், பட்டுப்புடவைகளின் செழிப்பும் என வாழ்ந்தவர்கள். திருவினால் அத்தகைய

நிறைந்த வசதியைக் கொடுக்க முடியவில்லையென்றாலும் குறைவில்லாத ஒரு வாழ்க்கையை இருவருமாக வாழ்ந்தார்கள் என்றே சொல்லவேண்டும். இரு கன்னங்களிலும் புன்னகையின் மினுமினுப்பு ஒட்டிய முகத்தைத் தவிர வேறெதையும் அவளிடம் கண்டதேயில்லை. பத்து ஆண்டுகளுக்கு மேல் குழந்தை இல்லாமல், வேலன் வந்து பிறந்தான். வேலனும் குணத்தில் அப்படியே கல்யாணி மாதிரி.

திடீரென்று ஒரு நாள் நோய்வாய்ப்பட்டாள் கல்யாணி. படுக்கையுடன் சுணக்கம் கொண்டாள். தொட்டால் ஈடுபாடு காட்டவில்லை. விருப்பம் அவள் முகத்திலிருந்து விட்டுப்போயிருந்தது. படுத்த இடத்திலேயே எழுந்து சாப்பிட்டுவிட்டு மீண்டும் படுத்துக்கொள்வாள். இரத்தக்கொதிப்பு, மதுமேக நோய் இதையெல்லாம் தாண்டி அவளிடம் ஏதோ மனதில் கனம் நிறைந்ததைப் போல் விட்டத்தைப் பார்த்துக்கிடந்தாள். மருத்துவர் கல்யாணியின் மனதில் தீராத துக்கம் ஏதோ குடிகொண்டதாகச் சொன்னார். எவ்வளவுக்கெவ்வளவு அன்னியோன்யமாய் நடந்துகொள்ளமுடியுமோ அவ்வளவுக்கவ்வளவு நெருக்கமாய் நடந்துகொள்ளச் சொன்னார். திரு, அவளிடம் நெருக்கமாக நடந்துகொண்டாலே வீறிட்டுக் கதறிய சில நொடிகளுக்குள் வலிப்பு வரத்தொடங்கி மிகவும் கலவரமான சூழ்நிலை உண்டாகிவிடும். என்ன யோசித்தும் திருவினால், அவளுக்குள் என்ன நிகழ்கிறது என்று கண்டுபிடிக்கமுடியவில்லை. கொஞ்சம் கொஞ்சமாகத் திருவின் வாழ்க்கையில் சூன்யம் ஒரு பெரிய வட்டமாகத் தோன்றி விரிந்து அழுத்திக்கொண்டே இருந்தது. படுக்கையிலேயே கிடந்த கல்யாணியின் உடலை வெந்நீரில் முக்கிய துணியால் துடைத்து, மூன்று வேளைகளும் சமைத்து, ஆகாரம் ஊட்டி, கழிவு எடுத்து மருந்து கொடுத்து தூய உடை உடுத்தி, எல்லாவற்றையும் செய்து முடிப்பதற்கும் உடல் இற்றுப்போய்த் தானும் அப்படியே அவள் அருகில் அயர்ந்து உறங்கிவிடுவதுண்டு. எப்பொழுதாவது பசிக்கும். சுவையே இல்லாத உணவை உண்டு பாத்திரங்களைக் கழுவப் போடுகையில் தன் மீதே ஒரு கழிவிரக்கம் தோன்றும். ‘ஏன்

கல்யாணி, இப்படி?', என்று தன்னைத்தானே கேட்டுக்கொள்வார். வேலன் கல்லூரிப்படிப்புக்காக பெங்களூர் சென்று விட, வேலனையும் அன்பு அற்ற அந்த நாட்கள் அழுத்த, கல்லூரியிலிருந்து அவனுடைய மிகக் குறைந்த மதிப்பெண் அறிக்கை திருவின் கவனத்திற்கு வந்தது. என்றாலும் அவனை விசாரிக்கவோ, பெங்களூர் சென்று கல்லூரி நிர்வாகத்தை அணுகவோ முடியவில்லை.

சமீபத்தில் தான் மருந்துகள் வாங்கும் நிலையத்தில் சரளாவைச் சந்தித்தான். சரளா புன்னகையில் ஒரு வேட்கை இருந்தது. சில முறைகளுக்குப் பின், 'இன்னைக்கு நாலு மணிக்கு வீட்டுக்கு வாங்களேன்', என்று வேண்டுகோளை முன் வைத்தாள். திரு எந்தப் பதிலும் சொல்லவில்லை. உறுதியாய் திரு வருவான் என்று அறிந்திருந்ததைப் போல சரளா, திருவிற்காகக் காத்திருந்தாள். ஃபார்மசியின் பின்னால் தான் அவளுடைய வீடு. கணவன் வெளிநாட்டில் வேலை பார்த்துவருகிறான். குழந்தைகள் இல்லை. செல்வத்தின் கொழுப்பு அவள் உடலில் எல்லாம் தெரிந்தது போல அவள் புடவையைக் கலைந்து விட்டுப் பாவாடையுடனும் பிளவுசுடனும் அவன் முன்னால் வந்து அமர்ந்தாள். நேரடியான காம வேட்கை திருவின் முகத்தில் அறைந்தது. எங்குமே அவள் முகத்திலோ, கன்னத்திலோ உடலிலோ மனித உணர்வுக்கான அழகு இல்லாமல் மிருகத்திற்கான் வேட்கை போல காமம் துடிப்பாய் இருந்தது. கண்கள் கிறங்கி, திருவைத் தன் மீது இழுத்துப் போட்டாள். திரு துடிதுடித்து எழுந்தான். அடிவயிற்றிலிருந்து குமட்டிக்கொண்டு எழுந்தது. காலையில் சாப்பிட்ட மூன்று இட்லிகளும் மேலேறி வந்து நாசி, வாய் வழியாகவெல்லாம் இரைந்தது. தலையைச் சுற்றிக் கொண்டு வந்தது. சரளா, புடவையைச் சுருட்டித் தன் மேலே வீசிக்கொண்டு அவனைத் திட்டத்தொடங்கினாள். 'என்னவாம். வேற பொம்பளைய பாத்ததே இல்லைங்குற மாதிரி ரொம்பத்தான் நாடகம் காட்டுற'. அந்தச் சொற்களிலும் எந்த நயமோ பண்போ அன்போ இல்லை. 'அய்யோ கல்யாணி', என்று அரற்றிக்கொண்டே வீட்டிற்கு வந்தான். வீட்டில் கல்யாணி, கட்டிலில் எழுந்து அமர்ந்திருந்தாள்.

நீண்ட காலத்திற்குப் பின் ஏதோ ஒரு கண்டிப்புடன் அவள் அப்படியாக அமர்ந்திருப்பதை உணர்ந்தான். அவள் முகத்தை இழுத்து நெஞ்சில் அதக்கிக்கொண்டான்.

எப்பொழுதோ காகங்கள் அலறும் மதிய வேளையில் ஏன் இப்படி கல்யாணி ஆனாள், ஏன் இப்படித் தான் தன்னந்தனியன் ஆனோம் என்பது அவன் இதயத்தைத் துளைத்தது. சன்னல் வழியே மரங்களிலிருந்து உதிரும் இலைச்சருகுகள் அவன் துயரத்திற்கு இன்னும் அதிகமான தீவிரச்சுவையைத் தந்தன. குளியலறையில் வெறுமே தன்னந்தனியே நீண்ட நேரம் தன் மீதே தண்ணீரை ஊற்றிக்கொண்டிருந்தான். பாடல்களை இசைப்பதில்லை. மருத்துவர், திருவையும் இசை கேட்கும்படி வற்புறுத்தினார். கல்யாணியும் நலம் பெற வாய்ப்பு அதிகம் இருக்கிறது. இருவருக்குமாய்ப் பிடித்த பாடல்களை இசைக்கவிடுங்கள் என்று அழுத்தமாய்ச் சொல்லியிருந்தார். திருவினால், எந்தப் பாட்டையும் கேட்க முடியவில்லை. மாறாக, அந்த வீட்டில் பரவிய துக்கத்தின் வெப்பமும் அமைதியும் நாளுக்கு நாள் அவனுக்கு இதமானதாக இருந்தது. கல்யாணியின் உடல் சுருங்கிக்கொண்டே இருந்தது. எப்பொழுதாவது திருவைக் கண்ணுக்குக் கண் பார்ப்பாள். அந்தக்கண்களில் முகத்தில் ஆழமாக இட்ட துளைகள் போல இருக்கும். திரு, அவற்றைப் பார்ப்பதைத் தவிர்ப்பதில்லை. அந்தத் துளைகள் வழியாகத் தன்னை ஊடுருவும் கேள்விகள் வழியாக ஏதேனும் பதில் கிடைக்குமா என்று ஆராய்ந்தான். வெறுமையின் குழி பலமடங்கு பெருகியது.

அன்றைய காலையில் உடலெங்கும் ஒரு கொதிப்பு ஏறிக்கொண்டே இருந்தது. மிக நிச்சயமான காமத்தின் உணர்வுகள் அங்குமிங்கும் கொடிபோல ஓடியோடி அவன் உடலின் மீது ஒரு பெரிய வேட்டையையே நிகழ்த்திக்கொண்டிருந்தன. சமீபமாய், சரளாவின் உடல் நினைவில் வந்து வந்து போகிறது. நினைத்துப் பார்க்கும்போது அவ்வளவு குமட்டலாக இல்லை. நினைக்கும் போது நினைவினூடே மனவெளியைக் கடந்து தொட்டுப்பார்க்கும் இச்சையை ஊட்டும் சதைப்பற்றும் மினுமினுப்பும் ஆர்வத்தைத்

தூண்டுகிறது. முந்தைய அனுபவத்திற்குப் பின் சரளா திருவைப் பொருட்படுத்துவதில்லை. சில முறைகள் மருந்து வாங்கச்செல்லும்போது, கண்ணை நோக்காமல் பார்வை ஒட்டாமல் மருந்தைக் கொடுத்து அனுப்பினாள். முகத்தில் கோபம் நிறைந்திருந்தது. புடவை சூடிய உடலின் அழகு மின்வெட்டாகத் தெறித்தது. திரு, நடமாடும் பிணமாக இருந்தான். கல்யாணி, நடமாடாத உயிரியாக உறைந்து கிடந்தாள்.

திரு, எப்பொழுதுமே பெண்களிடம் ஒட்டுபவன் இல்லை. அவனுக்குப் பொருத்தமாகத் தான் கல்யாணி அவனுடன் வந்திழைந்தாள். ஒழுக்கத்தைப் பற்றிக் கவலைப்படவோ, அதன் பொருட்டுச் சிந்தித்துத் தன்னை நெறிப்படுத்திக்கொள்ளும் தெய்வ ஈடுபாடோ கூடத்தேவைப்படவில்லை. எல்லாமே கல்யாணியின் உடல் தான். கல்யாணியின் பார்வை போதும், தன்னை நிறைவு செய்துகொள்ள. தன்னில் நிறையாத மீதிப்பாதி பிரபஞ்சைப் புரிந்துகொள்ள அந்தப் பார்வை போதும். அவ்வளவு விசாலமானது. எப்பொழுதாவது கனிந்ததொரு முத்தத்தைக் கொடுப்பாள். பிறந்த நாள் பரிசாகவோ, திருமணநாள் நினைவாகவோ ஒரு பட்டுப்புடவையைக் காஞ்சிபுரத்திலிருந்து வரவழைத்துக் கொடுப்பான். புடவைக்காக ஏங்குபவள் இல்லை. அந்த ஆசையெல்லாம் அவளுக்கு இல்லை. நான்கு பெரிய பரந்த பீரோக்கள் முழுக்க புடவைகள் வைத்திருந்தாள். விதவிதமான தரங்களில் நிறங்களில் அவற்றை முழுச்சுற்றுக்கும் அலுவலகத்திற்கு உடுத்திச் செல்வாள். ஒருமுறை அணிந்ததை இன்னொரு முறை அணிவதைப் பார்க்க நினைவுத்திறன் அவசியமில்லை. கலவியின் போதுநிறைந்த அணைப்பை உடலுக்குக் கொடுப்பாள். எதையுமே இந்த வாழ்க்கையில் தான் இழக்கவில்லை என்ற உணர்வை அந்தக் கலவியின் முடிவும் அரவணைப்பும் கொடுத்துவிடும். தழுவும்போது நிறைந்த பேரார்வத் தழுவலாய் உடலை வாரிக்கொள்வாள். அப்பப்பா, ஆண் உடலைப் பெண் உடலை அணைக்க எத்தனையோ தருணங்கள் இருக்கின்றன. மகனை அணைப்பது, சகோதரனை அணைப்பது, தந்தையை அணைப்பது, கணவனை

அணைப்பது என நிறைந்த அம்மணத்துடன் கணவனை அணைக்கையில் அந்த மறுபாதிப் பிரபஞ்சத்தின் இணக்கமும் இசைவும் வேண்டுமே.

உடல் ஏதோ பாடாய்ப் படுத்திக்கொண்டிருந்தது. சரளாவின் உடலும் அலைழத்துக்கொண்டிருந்தது. மழைக்காலம் தொடங்கியிருந்தது. ஈரத்தின் நசநசப்பு பிடிக்காத இனிமையான காலத்தின் தொடக்கம் பளீரென்று வானமும் மரம் செடிகொடிகளும் நிறைந்திருந்த புதிய உலகத்தின் தொடக்கத்தில் சரளாவின் வீட்டிற்குள் நுழைந்தான். வெப்பமேயற்ற தண்ணீர் உடலுடன் அவள் இருந்தாள். ஊக்கம் எதுவுமே இல்லாமல் அழிந்தொழிந்திருந்தது. அக்குளில் சந்தனம் பூசியிருந்தாள். உடல் மணத்தைத் தவிர்க்க எது செய்திருந்தாலும் வியர்வையின் கற்றாழை நாற்றம் மேலோங்கியிருந்தது. வெறுமனே அணைத்துக்கொண்டான். அவள் முயங்கினாள், முத்தமிட்டாள், சிரமம் எடுத்து ஏதேதோ செயல்களில் ஈடுபடுத்தினாள். பெண் ஆண் உடலுக்கு இடையே இப்படியான வெறுமையான உணர்வுகள் படருமா என்று நினைத்துக்கொண்டான். உடல் இயங்கத்தொடங்கும் போதே மூளையும் கடுமையாகச் சிந்திக்கத் தொடங்கியிருந்தது. அப்படியாக அவன் கல்யாணியின் பெண்ணுடலுக்குப் பழகியிருந்தான். பழக்கத்தினால் ஏற்பட்டிருந்த சொகுசும் ஈடுபாடும் வெளிப்படுத்தும் அக்கறையும் அன்பும் படுக்கையில் நிறைய நிறைய தேவையாக இருக்கிறது. சரளாவின் உடல் வெறும் பெண்ணுடலாக இருந்தது. தழுவித் தழுவி மூர்க்கமாகக் கலவி கொண்ட பின்பும் நிறைவேறாத வெறுமை உடலைச் சுற்றிக்கொண்டிருந்தது. ஆடை உடுத்தவே என்னவோ போல் இருந்தது. இது எல்லாவற்றிற்கும் மேல் நீண்ட நேரம் அவன் குளிக்க வேண்டியிருந்தது. உடலில் ஏதோ ஒட்டிக்கொண்டது போல், அதைக் கரைத்துவிட சரளாவுடன் படுத்து வந்த உடனேயே குளியலறைக்குள் சென்று மீண்டும் மீண்டும் தன் உடல் மீது நீர் ஊற்றிக்கொண்டே இருந்தான். மனதின் ஓரத்தில் தன்னையும் அறியாமல் அவள் உடல் மீதான எரிச்சல் பரவியது. அவள் உடலை நினைத்துப்பார்க்கவே விரும்பாத தவிர்க்கும் உணர்வும் கூடவே தோன்றியது.

கல்யாணி அருகில் வந்தால் அவள் கண்களைச் சந்திக்கையில் குற்றவுணர்வும் கூடியது. கல்யாணிக்கும் செய்யும் எல்லாமும் இயந்திரத்தனமான கடமைகளாக ஆகியதை அவன் உணரும் முன்னமே கல்யாணி அறிந்திருந்தாள் போலும். கல்யாணி படுத்த படுக்கையாக நோயுற்றாள். மருத்துவர் பலன் தராது என்று சொல்லியும் திருவிற்கு அவளை எப்படியாவது மீட்டு வழக்கம்போல முன்பு இருந்த வாழ்க்கையின் கயிற்றைப் பற்றிக்கொண்டுவிட வேண்டும் என்ற ஆவேசம் தோன்றியது. அண்ணாந்து பார்த்தால் கூரையிலிருந்து நிறைய கயிறுகள் தொங்குவதைப் போல உணர்ந்தான். கல்யாணியின் பீரோக்களைத் திறந்து புடவைகளை அதிவிருப்பத்துடன் பார்த்தான். இனி ஒவ்வொரு நாளும் அவளைக் குளிப்பாட்டியதும், ஈரத்துணியால் துடைத்ததும் அந்தப் புடவைகளில் ஒன்றை அவளுக்கு உடுத்துவது என்று முடிவெடுத்தான்.

வேலனின் கல்லூரியிலிருந்து அழைப்பு வந்தது. உடனே வந்து முதல்வரைச் சந்திக்க வேண்டும் என்றும் இல்லையென்றால், வேலன் கல்லூரியிலிருந்து நீக்கப்படுவான் என்றும் சொல்ல, ஒரு நர்சிடம் கல்யாணியை ஒப்படைத்துவிட்டுக் கிளம்பிச் என்றான். வேலன் பார்ப்பதற்கே மிகவும் இளைத்துக் கோரமாக இருந்தான். தாடியோ, முடியோ சீராக வாராமல் உதடு கறுத்துப் போயிருந்தது. அதிகமாய்ச் சிகரெட் பிடிக்கிறான் என்பதைத் திரு கண்டுகொண்டான். எட்டி நின்றாலே சிகரெட் வாடை மூர்க்கமாய்த் தாக்கியது. பேச எதுவுமில்லாமல் இருவரும் முதல்வர் அறை வாசலில் காத்திருந்தனர். எல்லாவற்றையும் மீறி வேலனை அணைத்துக் கொள்ளவேண்டும் போல இருந்தது. தனக்கு ஏன் எப்பொழுதும் யாரையாவது அணைத்துக்கொள்ளவேண்டும் என்று தோன்றுகிறது. வேலனின் அருகில் செல்லும்போதே அவன் விலகிச் சென்றான். முதல்வர், வேலனின் நடவடிக்கைகள் எதுவுமே சரியில்லை என்றும் வகுப்பில் பெண்களிடம் தவறாக நடந்துகொள்கிறான் என்றும் குற்றச்சாட்டுகளை அடுக்கிக்கொண்டே சென்றார். பெண் தேவைப்படும் வயது தானே வேலனுக்கு என்று எண்ணிய

திரு, அவனுக்குத் திருமணம் செய்துவைத்துவிடலாம் என்று எண்ணினான். முதல்வரைச் சந்தித்த பிறகு கேண்டீனில் வந்து அமர்ந்து மதிய உணவைச் சாப்பிடும்போது தான் கவனித்தான். வேலனின் கண்கள் அப்படியே நோயுற்று தன்னை நோக்கும் கல்யாணியின் கண்களைப் போல தாக்கின. வேலன் பேசாமல் சாப்பிட்டான். திரு தான் வேலனிடம் நிறைய கேள்விகளைக் கேட்டான். 'பணம் போதவில்லையா, வீட்டிற்கு வந்து தங்கிவிட்டுச் செல்கிறாயா, இங்கே உணவு சரியில்லையா என்று விடாமல் கேள்விகளை எழுப்ப, வேலனுக்கு வெறுமனே இல்லை என்பதாய்த் தலையை அசைத்தான். வேலனின் கையில் நிறைய பணத்தைத் திணித்துவிட்டு வந்து பேருந்தில் ஏறினான்.

பேருந்து வேலனின் கல்லூரி சுற்றுச்சுவரை ஒட்டித்தான் திரும்பும். தற்செயலாக, கல்லூரிப்பக்கமாகத் திரும்பினான். வேலனை யாரோ ஒரு பெண் அணைத்திருக்க அவர்கள் இருவரும் ஒரு மரத்தின் மறைவில் ஒதுங்கியிருப்பதைப் பார்த்தான். அது வேலனா என்ற சந்தேகமே தோன்றவில்லை. நீல நிறத்தில் சிதறிய பூக்களுடன் அணிந்திருந்த அந்தப் பெண்ணின் முகம் தெரியவில்லை. திருவிற்கு இதயம் உடைந்து அழவேண்டும் என்று தோன்றியது. அப்படி எண்ணும்போதே அவன் கண்களிலிருந்து நீர் கொட்டியது. முகத்தை மறைத்துக் கண்ணீரைத் துடைத்துக் கொண்டான். உள்ளே நுழைந்ததுமே கல்யாணியின் நீண்ட கால மௌனம் உறைக்காமல் தன் மகனைப் பற்றிக் கல்யாணியிடம் சொல்லவேண்டும் என்ற உந்துதலுடன் பாய்ந்து உள்ளே சென்றான். கல்யாணியின் வாய்ப்பகுதி இடதுபக்கம் பலத்த காயத்துடன் இருந்தது. கல்யாணி கண்களால் கூர்ந்து திருவை நோக்கினாள். 'என்னாச்சு என்னாச்சு', பதறினான். நர்ஸ், 'அஞ்சு நிமிசம் பாத்ரூம் போயிட்டு வரதுக்குள்ள வலிப்பு வந்திருச்சி', என்று சொல்வதிலேயே பொய் நிறைந்திருப்பதை உணர்ந்து, கல்யாணியை அப்படியே வாரி அணைத்துக்கொண்டான். கல்யாணியின் கண்களிலிருந்து நீர் கொட்டியது. தன் பையனைப் பார்த்து வந்ததிலிருந்து வாழ்வின் மீதான சலிப்பு ஏறிக்கொண்டே இருக்க, மருத்துவரைச் சென்று பார்த்துவந்தான்.

மருத்துவர் இன்னும் மாத்திரைகளை எழுதிக்கொடுத்தார். சரளாவின் மருந்துக்கடையில் சென்று மாத்திரைகளை வாங்க விரும்பாமல் அந்தச் சீட்டை அப்படியே மின்விசிறியின் காற்றிலாட பார்வையில் படும்படி வைத்துக்கொண்டிருந்தான்.

அன்று காலையில் வாசலில் சரளா வந்து நின்றாள். 'கொஞ்சம் வீட்டுக்கு வந்துட்டுப் போங்க', என்று சொல்லிவிட்டுப் பதிலுக்கு எதிர்பாராமல் சென்றாள். திரு, கல்யாணிக்குத் தெரிந்துவிடப்போகிறது என்பதாய் அறைக்குள் எட்டிப்பார்த்துவிட்டு வந்தான். கல்யாணி, அறை வாசலுக்குப் புறம் காட்டிப் படுத்திருந்தாள். திரு வேகவேகமாக நடந்து சரளாவின் வீட்டிற்குள் நுழைந்தான். 'நான் கர்ப்பமாயிருக்கேன்', என்றாள். திருவிற்கு உடலெல்லாம் எரிச்சலாக இருந்தது. 'கலைச்சிரு', என்று சொல்லிவிட்டு அவள் முகத்தைக் கூடப் பார்க்காமல் விறுவிறுவென்று வீட்டை நோக்கி நடந்து வந்தான். வீட்டிற்கு வந்த பின், பயம் ஒட்டிக்கொண்டது. அவள் அதை வைத்து தன்னை மிரட்டுவாளோ என்று எண்ணினான். கல்யாணியின் அருகில் சென்று படுத்துக்கொண்டான். கல்யாணியை இழுத்து அணைத்துக்கொண்டான். அவள் உடலிலிருந்து மருந்தின் வீச்சம் அடித்தது. கொஞ்சமா மருந்தும் மாத்திரையும். வேளைக்கு வேளை ஆறு, ஏழு, பத்து என்று விழுங்கச் செய்வது அவன் தானே. கல்யாணியின் உடலில் இறுக்கம் நீங்கித் துவண்டு போயிருந்தது. கல்யாணியின் தோலில் கருப்பான துகில் வந்து படர்ந்தது போல் கருமை பூத்திருந்தது. சட்டென்று கல்யாணியைத் திருமணம் செய்து வந்த நாள் நினைவு வந்தது. தோலில் சூரியன் வந்து பொன்னாய் மின்னும் தேகத்துடன் பொலிவுடன் இருந்தாள். அவள் முகத்தையே பார்த்துக்கொண்டு இருக்கவேண்டும் போல் இருக்கும். கையை எடுத்துத் தன் கை மீதுவைத்து அவளையே பார்த்துக்கொண்டிருக்கவேண்டும் போல் இருக்கும். முலைகளின் வனப்பில் இளமை நுரைத்து நுரைத்து ததும்பும் அந்த அழகைப் பார்த்துக்கொண்டே இருக்கவேண்டும் போல் இருக்கும். எப்பொழுதாவது முலைகள் தன் மார்பில் அழுந்த அவளை அணைத்துக்கொண்டாளே உடலெல்லாம் சிலிர்க்கும்.

எப்படியாகிவிட்டாய் கல்யாணி. என்னையும் எப்படியெல்லாமோ ஆக்கிவிட்டாயே.

வீட்டின் வெறுமையை உணர உணர திருவின் உடலும் மனமும் கூட அந்த வெறுமையின் குளத்திற்குள் மூழ்கிக்கொண்டிருந்தன. எப்பொழுதாவது தான் வெளிக்கதவை, நடைக்கதவைத் திறப்பான். காய்கறிகளை மொத்தமாக வாங்கிக்கொண்டு வந்து வைத்துக்கொள்வான். விருப்ப ஓய்வு வாங்கியதில் முதுமை முன்பே வந்து தங்கிவிட்டது அவன் முகத்தில் என்பதை கண்ணாடியில் தன்னைப் பார்க்கும்போதெல்லாம் உணர்ந்தான். மெல்ல மெல்ல இறுக்கமாகி வெடித்து அழுவதும் தன் கையால் ஓங்கிச் சுவரில் மோதுவதும் என இருந்தான். கல்யாணியைக் கெட்டக் கெட்ட வார்த்தைகளில் திட்டினான். அவளை ஈரத்துணியில் துடைத்தபின் உடை மாற்றாமல் அப்படியே நிர்வாணமாய் விட்டான். வீட்டிலெங்கும் ‘கிர்’ரென்று சத்தம் ஊதிக்கொண்டே இருந்தது போல இருந்தது. மழைக்காலமும் தீவிரப்பட்டுக்கொண்டே இருந்தது. கூதலும் இறுக்கமும் திருவைப் பைத்தியக்காரனாக்கின. எப்பொழுதும் எதையாவது சாப்பிட்டுக்கொண்டே இருக்கத் தொடங்கினான். ஃபிரிட்ஜில் நிறைய உணவுப்பண்டங்களை நிறைத்துவைத்துக்கொண்டான். ஒருமுறை சரளாவைச் சாலையில் பார்த்தபோது, ‘அடையாளமே தெரியாம மாறிட்டீங்க. ரொம்ப குண்டாயிட்டீங்க. வீட்டுக்கு வாங்க’, என்று சொல்லிப் பதிலுக்குக் காத்திருந்தாள். திரு எதுவும் சொல்லாமல் தனக்கு முடிந்த வேகத்தில் நடந்து வீட்டிற்குள் நுழைந்து கதவைத் தாழிட்டுக்கொண்டான்.

வீட்டின் உத்திரத்திலிருந்து கயிறுகளாய்த் தொங்குவது போல் கனவு கண்டான். அன்று கல்யாணியைத் தோளில் சாய்த்துக்கொண்டு குளியலறைக்குக் கொண்டு சென்றான். பக்கவாதமாய் செயல் இழந்துவிடவில்லை. ஆனால், சதைகளின் இயக்கத்தின் பால் விருப்பமோ இலட்சியமோ அற்று சதைகளின் செயல்பாடுகளுக்கான நோக்கங்களை எல்லாம் கல்யாணி கைவிட்டிருந்தாள். குளிர்ந்த நீரை அவள் உடலில் ஊற்றினான். மழைக்காலக் கூதலுடன் கூடிய குளிர்ந்த நீர். சட்டென்று

கல்யாணிக்கு வலிப்பு தோன்றியது. குளியலறையின் சுவர்களில் மோதி மோதி கைகால்களையெல்லாம் வெட்டினாள். அங்கும் இங்கும் இடிபட்ட காயங்களுடன் கல்யாணி போராடினாள். திரு வீட்டிற்குள் ஓடிச்சென்று அவளிடம் கையில் கொடுப்பதற்கு என்று இரும்புப்பொருளை தேடினான். இது போன்ற வலிப்பு நேரத்தில் அவளுக்குக் கொடுக்கவென்று குறிப்பிட்டிருந்த மருந்தைத் தேடினான். கிடைக்கவில்லை. கல்யாணியை அப்படியே விட்டுவிட்டான். கல்யாணி, திசைகளையெல்லாம் தன் உடலால் இழுத்து இழுத்து வெட்டி வெட்டி கண்மூடி அப்படியே மூச்சைவிட்டாள். திரு அவளையே பார்த்துக் கொண்டிருந்தான். கொஞ்சம் கொஞ்சமாகவெல்லாம் இல்லாமல் சட்டென்று தான் மூச்சடங்கினாள் என்பது திருவிற்கு ஆறுதலாக இருந்தது. குளியலறையில் கலைந்து கிடக்கும் அவள் உடலையே நீண்ட நேரம் பார்த்துக்கொண்டிருந்தவன் அள்ளியெடுத்துத் துடைத்து உடையுடுத்திய பின்னர் மருத்துவரை அழைத்துச் சொன்னான்.

இறுதிச்சடங்கிற்கு பத்து ஆட்களே வந்திருந்தார்கள். மருத்துவரின் கண்கள் தன்னையே ஊடுருவிப் பார்ப்பதாகத் தோன்றியது. திருவின் முகம் அவனுக்கே கருப்பான குழி இருந்த இடம் போலத் தோன்றியது. வேலன் வந்ததும் உடலை எடுத்து அடக்கம் செய்யலாம் என்று காத்திருந்தால், மழையின் வெள்ளம் ஊரைச் சூழ்ந்திருந்தது. என்றாலும் திருவிற்கு மனம் கேட்கவில்லை. வேலன் முகம் புத்துணர்ச்சியைப் பெற்றிருந்தது. அவனுடன் அந்தப் பெண்ணும் வந்திருந்தாள். சிவப்பு நிறப் புடவையை உடுத்தியிருந்தாள். அசப்பில் வேலனைப் போலவே இருந்தாள். பெருத்த உதடுகளும் பெரிய கண்களும் வசீகரத்தைக் கூட்டின. வேலனுக்கு மூத்தவளைப் போலவும் இருந்தாள். கல்யாணியை அடக்கம் செய்த பின் ஒரு நொடி கூட வேலன் இல்லை. உடன் வந்த அந்தப் பெண், ‘அஞ்சனா’, என்று தன்னை அறிமுகப்படுத்திக் கொண்டாள். தான் வேலனைத் திருமணம் செய்யவிரும்புவதாகவும் இந்த நேரத்தில் இதைச் சொல்வதற்கு மன்னிக்கவும் என்றும் சொன்னாள். திருவைத் தொட்டுத்தொட்டுப் பேசினாள். பேசவேண்டுமே என்று,

‘எந்த ஊரு?’ என்று கேட்டான். ‘பேச்சுல தெரியலயா. மதுரப் பக்கம்’, சிறியதாகப் புன்னகைத்தாளோ என்று தோன்றியது. ‘நானே உங்கக்கிட்டப் பேசனும்னு ரொம்ப நாளா பேசணும்னு நினைச்சிருந்தேன்’, சொல்லிவிட்டு அமைதியாக இருந்தாள். ‘நாங்க ரெண்டுபேரும் பதிவுத் திருமணம் செய்துக்கிட்டோம். ஒன்னா தான் இருக்கோம். நீங்க சொல்ற அன்னிக்கு எல்லார் முன்னாலயும் கல்யாணம் பண்ணிக்கிறேன். அதுவும் உங்களுக்காகத்தான். எங்களுக்கு எதுவுமே அவசியமில்ல’, அவள் சிநேகமாயும் கண்டிப்பாயும் சொன்னாள். ஆட்டோவை வரவழைத்து இருவருமே அன்றே கிளம்பிச் சென்றனர்.

வீட்டின் சுவர்களில் பாசி படர்ந்த வாசனை. வெறுமையின் கூதல் பெருகியது. எதையோ வெட்வெட்டென்று பார்த்துக்கொண்டே இருந்தான். வாழ்க்கை அடங்கியது. கல்யாணியின் பக்கம் உறவினர் அவ்வளவாக இல்லை. அவளுடைய சித்தி பெண் மட்டும் அமெரிக்காவில் இருந்தாலும் தொடர்பில் இருந்தாள். அழைத்துச் சொன்னபோது, ‘வரமுடியாது’, என்று சொன்னாள். கல்யாணி என்ற பெண்ணின் வட்டம் அந்த வீட்டோடு சுருங்கி முடிந்து போயிருந்தது. என்ன செய்யலாம் என்ன செய்யலாம் என்று யோசித்துக்கொண்டே இருந்தான். சரளாவை நாடிச் சென்றான். அவள் தொட்டாலோ முத்தமிட்டாலோ உடலில் உறுப்பில் உந்துதலே தோன்றவில்லை. வீட்டிற்கு வந்து குளியலறையில் இரண்டுமணி நேரத்திற்கு மேல் தண்ணீரை ஊற்றிக் கொண்டே இருந்தான். ‘உனக்கு என்ன வேண்டும், என்னவேண்டும்?’ என்று தன்னைத்தானே கேட்டுக்கொண்டான். மௌனமாக, தனக்குத்தானே கேட்கும்படிக்கு, அல்லது உரக்கச் சத்தமாகக் காது கிழியும் படியெல்லாம் கேட்டுப்பார்த்தான். பதில் கண்ணுக்கு அகப்படவே இல்லை. முகம் முழுக்க துக்கத்தின் முட்கள் துருத்தியிருந்த ஒரு நாளில், மருத்துவர் நலம் விசாரிக்க வந்தார். மெல்ல கடிந்து கொண்டார். மருத்துவர் நண்பரெல்லாம் இல்லை. நண்பராகிய மருத்துவர். யாரோ சொல்லியிருக்க, அவர் தேடிக் குணப்படுத்த வந்திருந்தார்.

‘நீங்க ஏன் திருவண்ணாமலைக்கு ஒரு தடவ போயிட்டு வரக்கூடாது?’

திருவிற்குக் கோபம் வந்தது. 'ஏன் டாக்டர்? நான் நல்லாத்தான இருக்கேன்?'

'சாமி, கடவுள்னு அர்த்தத்துல சொல்லல திரு. நீங்க இயற்கைக்கு நெருக்கமாக அது நிறைய முடிச்சுகள அவிழ்த்துவிடும். அப்புறம் அந்த மலையும் இடமும் என்னென்னவோ யார்யாருக்கோ செய்துருக்கிறதா சொல்றாங்கன்னு கேள்விப்படுறோமில்ல. அதான்..'

'சரி, டாக்டர்', அவர் வெளியே போனால் போதும் என்று மருத்துவருக்குத் தோன்றும்படியாகச் சொன்னான்.

அவர் வெளியே சென்றதும், வீட்டைத் துப்புரவு செய்தான். பாத்திரம் பண்டங்களை எல்லாம் மூட்டையாகக்கட்டி அடுக்கினான். சில நாட்களுக்குத் தான் வீட்டில் இல்லை என்றால் என்னென்ன முன்னெச்சரிக்கை நடவடிக்கைகளை எல்லாம் எடுக்கவேண்டுமோ அவற்றையெல்லாம் செய்தான். வீட்டின் வெறுமை மூச்சுமுட்டக்கூடியதாக ஆகிக்கொண்டே இருந்தது. கடைசியாக, கல்யாணியின் புடவைகளை அப்படியே விட்டுவிட மனம் வரவில்லை. பட்டுப்புடவைகள் எல்லாமே அவள் உடலைச் சுற்றி வளைந்து சிற்பமாக்கி அவளை மகிழ்ச்சியான, இலட்சியமேறிய பெண்ணாகக் காட்டியவை. விலைமதிப்பிலாதவை. அவளிடம் அணுக, அவள் புடவையை அவிழ்க்க திரு சில நடவடிக்கைகளை மேற்கொள்வான். முதலில் புடவையுடன் தான் அவளை அணைப்பான். பின், புடவையை அவளோ அவனோ அவிழ்ப்பதற்கான பாதை தான் கலவிக்குள் நுழைவதற்கான பாதை. புடவைகளை எடுத்து மடித்துப் பெட்டிகளில் வைக்கத் தொடங்கினான். பெட்டி நிறைந்ததும் போர்வையால் சுற்றிக் கட்டினான். புடவைகளுக்கெல்லாம் கீழே, சிறிய டைரிகளாகச் சில தென்பட்டன. கல்யாணியினுடையவை தாம். எடுத்து வாசிக்கத் தொடங்கினான். திருமணம் செய்தது முதல் நோயுற்று முடங்கும் வரை, அவ்வப்பொழுது எழுதியிருந்தாள். பெரும்பாலும் அவளுடைய தோழிகளின் வாழ்க்கையைப் பற்றியவை. தோழிகள் தங்கள் ரகசியங்களாகப் பகிர்ந்துகொண்டவை

பற்றிய கல்யாணியின் எண்ணங்கள். அவ்வப்பொழுது, திருவின் பெயரும் அடிபட்டன. வாழ்க்கையின் அலுப்பேறிக்கொண்டே போவதாகக் குறிப்பிட்டிருக்கிறாள். அதிர்ச்சியாக இருந்தது திருவிற்கு. கவனமாக வாசிக்கத் தொடங்கினான். வீடு மூச்சுமுட்டுவதாகவும், திரு அணைத்தால் இன்னும் மூச்சுமுட்டுவதாகவும், இந்த வீட்டை விட்டு எங்கேயேனும் பறந்து சென்றுவிட விரும்புவதாகவும் குறிப்பிட்டிருந்தாள். எல்லாம் ஹார்மோன் வேலை தான் என்று ஒரு பெண் மருத்துவர் சொன்னதை ஆராய்ச்சி செய்தால், அப்படியெல்லாம் இல்லை என்பதையும் எழுதியிருந்தாள். சமைத்தால், குளித்தால், அலுவலகம் சென்றால், புடவை கட்டினால், துணி தோய்த்தால், மார்க்கெட் சென்றால் எல்லா இடங்களிலும் திருவின் நினைவும் முகமும் உடன் வருவது போல இருப்பது தன்னை நொய்மைக்குள்ளாக்குகிறது என்று விரிவாக எழுதியிருந்தாள்.

ஒரு முறை தன் தோழி வனிதா இல்லாத பொழுது, அவள் வீட்டிற்குச் சென்றிருக்கிறாள். வனிதாவின் கணவர் பரணி தான் வரவேற்கிறார். ‘டாக்டர்கிட்டப் போயிருக்காங்க. உங்கக்கிட்டச் சொல்லலையா உள்ள வாங்க’, என்று அழைக்க உள்ளே செல்கிறாள். இருவரும் ஒருவரையொருவர் கண்களால் உள்ளூறப் பார்த்துக் கொள்கின்றனர். கல்யாணி, பரணியின் பார்வையால் ஈர்க்கப்பட்டு மெதுவாக அவன் தோளில் சாய்கிறாள். உடல் புதிய உற்சாகம் அடைகிறது. பரவசம் மின்சாரம் போல உடலெங்கும் பாயக் கல்யாணி அவருடன் அன்றே அங்கேயே கலவி கொள்கிறாள். தன்னிடமே இது தான் முற்றிலும் எதிர்பாராத ஒன்று என்பதைக் கல்யாணி எழுதியிருக்கிறாள். வனிதா வருவதற்குள் வீட்டிற்குத் திரும்பி விடுகிறாள். முழு கலவியின் போதும் திருவின் முகமும் பார்வையும் தன்னருகேயே இருந்ததை உணர்கிறாள். வீட்டிற்கு வந்து குற்றவுணர்வு பெருகுகிறது. மனநல மருத்துவரைச் சந்திக்கிறாள். இதெல்லாம் எல்லோரும் செய்வது தான், குற்றவுணர்வு கொள்ள ஒன்றுமில்லை என்று சொல்லி அவர் சில மாத்திரைகளைக் கொடுக்க, சொல்லப்பட்ட அளவையும் தாண்டி மருந்துகளை எடுத்துக் கொள்கிறாள். உடலும்

மனமும் மொத்தமாக முடங்கிப் போகின்றன. திருவிற்கு அடைக்கப்பட்ட எல்லா கதவுகளையும் திறந்து விட்ட உணர்வு தோன்றுகிறது. வீட்டின் வாயில் கதவைத் திறந்து வெளியே ஓடுகிறான். சில நாட்கள் முன்பு தான் பரணியின் இறுதி அஞ்சலி சுவரொட்டியைப் பார்த்திருந்தான். அரைகுறையாகக் கிழிந்திருந்த சுவரொட்டிகளில் பளீரென்று சிரித்தபடி கண்ணாடி அணிந்த கண்களுடையவனின் முகங்களாய் இருந்தன. கிழிக்கப்பட்ட சுவரொட்டிகளுக்கு இடையேயும் மழை நீர் சுவர்ந்து அதிகப்படியாகச் சிரித்தான். கல்யாணி அடக்க நாளன்று கூட பத்துபேரில் ஒருவராக வனிதாவுடன் வந்திருந்தான். திருவிற்கு, இதயம் அதிகமாய்த் துடித்தது.

அதிகாலையில், திருவண்ணாமலையில் வந்து இறங்குகிறான். மலையைச் சுற்றிச்சுற்றி வருகிறான். ஒரே ஒரு வேட்டிதான் மாற்று உடையாக எடுத்துவந்திருந்தான். எங்கு சென்றாலும் கல்யாணியின் முகமும் பரணியின் முகமும் வானத்திலிருந்து தொங்கும் முகமூடிகள் போல அவன் முன் வந்து அசைந்துகொண்டே இருந்தன. தெருவில் மரத்தின் அடியில் உறங்குகிறான். எப்பொழுது எங்கு உணவு கிடைக்கிறதோ அதை உண்கிறான். மலையைச் சுற்றிச் சுற்றிவருகிறான். உடன் திரியும் தனிமனிதர்களைத் தவிர்த்தாலும் அங்கங்கே வாழ்வின் உரையாடல்களைத் தொடங்கிவைக்கிறார்கள். நீண்ட மலை அவனைச் சுற்றிவா சுற்றிவா என்பது போல ஈர்க்கிறது. மலையைச் சுற்றிய காட்டிற்குள்ளும் தனியே திரிகிறான். மான்கூட்டங்கள் அவனைக் கடந்து செல்ல, பாறையில் உறங்குகிறான். வெளிச்சம் கண்கூச, இருட்டில் அதிகமாய் நடக்கத் தொடங்குகிறான். வெறுங்கால்களில் சூடான பாதைகளில் நடந்து கால்கள் கொப்பளித்தாலும் ஒன்றும் உறைக்கவில்லை. பசியெடுக்கவில்லை. கல்யாணி, பரணி என்று மனம் அலைபாய்கிறது. தான் அறிந்த கல்யாணியின் உடலும், பரணியின் கற்பனையான உடலும் வந்து வந்து அவனை ஆக்கிரமிக்கின்றன. கிரிவலச்சாலையில் சிவப்புப்பட்டுப்புடவையும் பச்சை மேற்சட்டையும் அணிந்த பெண்ணை, ‘கல்யாணி’, என்று சத்தமாய் அழைத்தபடி அவளை

நெருங்கி அவள் இல்லை என்றதும் தலையில் அடித்துக் கொள்கிறான். யாருக்குமே அவனை அங்கு அடையாளம் தெரியவில்லை. முடி நீளமாக வளர்ந்து காட்டுத்தனமாக அவன் முகத்தையும் தலையையும் சூழ்ந்திருக்கிறது. மனம் வெறி கொண்டு அலைய அலைய உடல் சுருங்கிவிடுகிறது. தன்முடியைத் தானே இழுத்துப் பிடித்துக்கொண்டே கிரிவலச்சாலையில் வேகமாக ஓடுகிறான். சுற்றிச் சுற்றி வருகிறான். வெயிலும் மழையும் அவனை நன்கு அறிந்திருக்கிற அளவிற்கு அந்த மலையடிவாரத்தில் அவன் ஒரு சருகாகிப் போனான். அங்கு எல்லோருக்குமே அவனைத் தெரியும். ஆனால் அவனுக்கு யாரையுமே தெரியாது.

பௌர்ணமியின் ஒளி மலைவட்டப் பாதையில் நதிபோல ஓடும் காலம். எல்லா திசைகளிலும் இருந்து மக்கள் திருவண்ணாமலைக்குள் நுழைகின்றனர். கூட்டம் நெரிக்கிறது. வட்டமான மக்கள் நதி சுழல்கிறது மலையைச் சுற்றிலும். இருளைக் கரைக்கும் மக்கள் கூட்டம். அதிகாலையில் சூரியன் மலைக்கு மேலே சரிவில் ஏறிவர அவ்வழியே கடந்து செல்லும் எல்லோரும் பார்க்கின்றனர் காலங்காலமாக பழைமை அடர்ந்து இருந்த அந்தப் புளிய மரத்தின் பருத்த கிளையில் திரு தூக்கில் தொங்குவதை. அதன் மரக்கிளைகள் வழியே சூரியக்கதிர்கள் வீறிட்டுக்கொண்டு வீசுகின்றன.

# 6. அடிமை

நந்தினியின் திருமணம், மூலக்கரையிலேயே முதன்முறையாக ஆர்ப்பாட்டமாக நடந்த திருமணம். அவள் அப்பா ஊரிலேயே மிகப்பெரிய பணக்காரார் என்பதை விட, அவள் மணந்துகொண்டிருக்கும் மணமகன் சூரியும் நந்தினியின் அப்பா ராஜமாணிக்கத்தை விட மலேசியாவில் பெரிய பணக்காரர். பெண் வீட்டாரைப் பார்க்கவந்த போதே, சூரி வசீகரமான ஆணாக இருந்ததால் நந்தினி வழக்கம்போல ஓடிச்சென்று தன் வீட்டின் பின்புறம் இருக்கும் தென்னந்தோப்பில் நுழைந்து அங்கே வீரமாய் நின்றிருந்த தென்னைமரங்களை வணங்கிக்கொண்டாள், இவரே கணவராக முடியவேண்டுமென. ராஜமாணிக்கம் அந்த ஊரில் பெரிய பணக்காரரே தவிர சென்னையில் இப்பொழுது தான் வளர்ந்து வரும் மரக்கடை வியாபாரி. தன்னிடம் வேலைபார்த்துவந்த ராஜமாணிக்கத்திற்கு சிறிய அளவில் மரக்கடையை வைத்துக்கொடுத்து வளர்த்துவிட்ட சுந்தரத்தின் மனைவி சந்திராவிற்கு ராஜமாணிக்கத்திடம் சிறிய ஈடுபாடு உண்டு. தான் சொல்வதையெல்லாம், ராஜமாணிக்கம் கேட்கும்படி வைத்திருந்தாள். விசுவாசமான முதலாளிகளின் சிறிய சிறிய விருப்பங்களுக்கு இணங்குவதில் ராஜமாணிக்கத்தின் முதுகு கொஞ்சம் வளைந்து போயிருந்தது. மலேசியாவிலிருந்து

சந்திராவை நச்சரித்த கோகிலத்தின் மகன் சூரிக்கு எப்படியாவது அவள் பெண் பார்த்துத்தரவேண்டும் என்ற வேண்டுகோளை சந்திரா மனதில் இருத்திக்கொண்டாள்.

நந்தினி தன் இலட்சியத்தை தாவணி போட்ட வயதில் தன் ஊரின் நாராயணர் கோவில் கொடையின் இரவில் படையலுக்குப் பின்பான சாமியாட்டத்திற்குப் பின் தன் தோழியரிடம் சொன்னாள். ‘நான் வேலைக்குப் போகவிரும்பவில்லை. வீட்டு வேலை செய்து குடும்பத்தைப் பார்க்கும் வழக்கமான மனைவிப் பணியும் எடுத்துக்கொள்ளவிரும்பவில்லை’, என்று சொல்ல நந்தினியின் தோழியர் உரக்கச் சிரித்தனர். ‘உன் அப்பா ஊரில் பணக்காரர் தான். ஆனா பொம்பளைக்குன்னு ஒரு வாழ்க்கை இருக்கு. மறந்துராத. அதுவும் நம்ம ஊர்ல இருந்து போய் நீ ராணியாவெல்லாம் வாழமுடியாது’, செல்வகனி கிண்டலாகச் சொல்ல, நந்தினி அன்றைய கொடையில் ஆசையை வேண்டுதலாக முன்வைத்து விட்டு வீட்டிற்கு வந்திருந்தாள். ‘சாமி நம்பிக்கையெல்லாம் கிடையாது. ஆனா என்ன கோயிலுக்கெல்லாம் போயிட்டு வர’, என்ற தன் தங்கையின் தோளை இடித்துவிட்டுத் தன் அறைக்குள் சென்றவளுக்குள் அவளுடைய வேண்டுதலும் இலட்சியமும் ஒரு சபதமாய் மாறியது. தான் ஒரு ராணியைப் போல வாழ்வதாயும் ஆனால், அவள் வாழும் அரண்மனையில் தன்னைத்தவிர யாருமே இல்லாதது போலும் அன்றைய இரவில் ஒரு கனவைக் கண்டாள். நாலரை மணிக்கு தென்னைமரங்களிலிருந்து குயில்கள் கூவவும் கண் விழித்துத் தென்னைமரங்களை நோக்கி நடந்தாள். தென்னைமரங்களை மனதார வணங்கினாள். அவளைச் சுற்றிலும் நூற்றுக்கும் மேல் தென்னை மரங்கள். தன் முன்னே பத்தடியில் ஒரு நல்ல பாம்பு ஒன்று இடது புறமிருந்து மெல்ல வலது புறம் நோக்கி நகர, வேக வேகமாக வீட்டை நோக்கி நடந்தாள்.

சந்திரா, ராஜமாணிக்கத்தின் முதுகு வளைவைப் பரிசோதிப்பதில் வெற்றியடைந்தாள். கோகிலத்தின் மகன் சூரிக்கு நந்தினியைப் பெண் பார்க்கவந்தனர். சென்னையில் பெரிய வீடு ஒன்றைத்

தருவதாகவும், எப்படியும் ராஜ மாணிக்கம் தன் மூத்தமகளுக்கு என்ன செய்ய விரும்புகிறாரோ அதையெல்லாம் செய்யலாம் என்று கோகிலம் சொல்ல, சூரியின் வசதி பிடித்திருந்தது. மலேசிய வாழ்க்கை, பணக்காரத்தனம், அமெரிக்காவில் படிப்பு எல்லாவற்றிற்குமான செழிப்பின் வசீகரம் ஆளுமையாகியிருந்தது. நந்தினி, தன் வேண்டுதலுக்கான பதில் என்று சொன்னாள். 'எப்படி ஒரு வாழ்க்கைக்குப் பணம் மட்டுமே போதும்னு சொல்லுக்கா', என்று தன்னைச் சீண்டிய தங்கை சாந்தினியின் சொற்களைப்புறம் தள்ளினாள். தென்னைமரங்கள் சாட்சியாக இந்த வாழ்க்கை தன்னைத் தேடி வந்தது என்று நம்பினாள். ஜன்னல்களூடே தென்பட்ட தென்னைமரங்கள் தம் கீற்றுகளால் காற்றில் அசைந்து 'ஆமாம்' என்றன.

திருமணமாகி வந்த முதல் நாள் இரவே சூரி யாரென்று தெரிந்துபோய்விட்டது. சூரியும் வேலைக்குப் போக விரும்பாத ஓர் ஆணாக இருந்தான். கிட்டத்தட்ட, ஐம்பது வீடுகளுக்கு மேல் வாடகை வசூலாகும் பணச் செழிப்பு கொண்டிருந்த சூரிக்கு வேறொன்றும் இல்லை. முதல் நாள் இரவே இருவரும் கூடிப்புணர்ந்தனர். நந்தினிக்கு அந்த இரவு ஒரு மந்திரவாத இரவாக இருந்தது. உலகம் மொத்தத்திற்குமான ஒரு பெரிய படுக்கை போலவும் முலைகள் மீது தான் அணிந்திருந்த அத்தனை நகைகள் புரளவும் ஓர் ஆணைப் புணர்வது இளமை வாளிப்பின் தேவையையும் தன் வாழ்க்கையின் புதிய தொடக்கம் போலவும் உணர்ந்தாள். உறங்கி எழுந்து உற்றார் உறவினர் எல்லோரும் அவரவர் வாழ்க்கைக்குத் திரும்பிய பின், வாயிற்கதவைச் சாத்திவிட்டு, சூரி தன் அலமாரியிலிருந்து ஒரு வெளிநாட்டு மது பாட்டிலை எடுத்து வந்து முன்னறையில் அமர்ந்து மதுவைக் குடிக்கத் தொடங்கினான்.

அன்று நந்தினிக்கு வித்தியாசமாக எதுவும் தோன்றவில்லை. சூரியின் அந்தப் பெரிய வீட்டில் தான் ஒரு வான்கோழியைப் போல திரிந்தாள். குடித்து போதை நிரம்ப அப்படியே முன்னறையில் சாய்ந்துகிடந்த சூரி எத்தனை முறை எழுப்பியும் மாலையில் தான் எழுந்து பசிக்கிறது என்றான். இந்த ஒரு நாள் போலவே அவளுடைய அத்தனை நாட்களும்

இருக்கப்போகின்றன என்று நந்தினிக்குத் தெரியவில்லை. மெல்ல மெல்ல ஒவ்வொரு நாளாக பெரிய சக்கரத்தின் கனத்துடன் நகரத்தொடங்கின. தான் கருவுற்றிருந்த மூன்றாம் மாதம் வாந்தி அதிகமாக எடுத்துச் சோகை பீடித்த ஒரு நாள் காலையில், நந்தினிக்கு சந்திரா மீது கோபம் உண்டாகியது. சூரி இப்படிப்பட்டவன் என்பதால் தான் தன் தலையில் கட்டிவைத்துவிட்டாள் என்று எண்ணினாள். சாந்தினி அழைத்தபோது, நந்தினி தன் வாழ்க்கையின் அலுப்பைச் சொன்னாள். அவளோ, 'நீதான பணக்காரன் வேணும்ன. அது கூட என்னவெல்லாம் உபரியா கிடைக்குமோ அது தான் கிடைக்கும். அடுத்த வாரம், எக்சாமுக்கு சென்னை வரேன். உன் வீட்ல தங்கிக்கலாமா இல்ல, லாட்ஜ் எடுத்துக்கவா சொல்லு', என்று தன் அழைப்பின் நோக்கத்தை நோக்கி நகர்ந்தாள்.

வாழ்க்கை ஒரு குகைபோல மாறியது. காலையில் எழுந்து பல் துலக்கும் முன்பேயே சூரி, மது பாட்டிலை எடுத்து ஒரு கண்ணாடி டம்ளரில் ஊற்றி முன் அறை நோக்கி நகர்ந்தால் மாலை மூன்று நான்குமணி வரை அந்தப் போதைப் பயணம் நீடிக்கும். நந்தினிக்கு வீட்டில் எந்த வேலையும் இல்லை. வீட்டிற்குள் சூரிய வெளிச்சம் விழுந்து நகரும் கணங்களையெல்லாம் ஒவ்வொன்றாகத் துல்லியமாக அறிந்து வைத்திருந்தாள். வீட்டு வேலைகளையெல்லாம் செய்து, சமையலும் செய்துகொடுத்துவிட்டுப் போகும் சத்யா வந்து போகும் இரண்டு மணி நேரம் மனம் அமைதியாக இருக்கும். அவளும் சென்ற பின் வீட்டின் அறைகள் ஒன்றின் மீது ஒன்றாய்க் கனத்த பெட்டிகள் போல வீழ்ந்து கிடக்கும். கல்யாணத்திற்குப் பிறகு, பெரிதாக ராஜமாணிக்கமோ, கோகிலமோ வீட்டிற்கு வந்து போவதில்லை. முதல் குழந்தை பெண்ணாக இருந்த வருத்தத்தை, கோகிலம் காட்டிக்கொள்ளவில்லை. சந்திராவும் கோகிலாவும் சேர்ந்து தான் வந்து பார்த்துவிட்டுச் சென்றனர். சந்திராவின் முகத்தைப் பார்க்கவே கசப்பாக இருந்தது. தன் வாழ்க்கையை எவ்வளவு எளிதாக, நேரடியாகக் காய்களை நகர்த்தி வென்றுவிட்டாள். கண்ணாடியின் பின் விரிந்த அவளுடைய கண்களில் பாம்புகளின் தீவிரத்தை உணரமுடிந்தது.

தன் அப்பா ராஜமாணிக்கத்திற்கு நிறைய நறுமணக் குப்பிகளைப் பரிசளிப்பாள் என்று அறிந்து வைத்திருந்தாள் நந்தினி. ஏனோ அன்று அவள் மீது வீசிய நறுமணமும் அப்பாவின் நறுமணத்தை நினைவுபடுத்த ஒரு வார்த்தையும் பேசாமலேயே பிரசவ அயர்ச்சியில் கிடப்பதைப் போல கிடந்தாள்.

சூரி இப்பொழுதெல்லாம் விடியலுக்கு முன்பாகவே எழுந்து மது பாட்டிலை எடுத்துவிடுகிறான். ஒவ்வொரு நாளும் அவனுடைய உலகம் புதிய புதிய மது வகையால் பூரித்துக்கொண்டிருந்தது. மதுவில் நுரைத்த குமிழ்களைக் கூட அவன் விழுங்கி விழுங்கி வாழ்க்கையினை ஒரு குமிழ் என்று பரிகசிப்பதாய் இருந்தது. வீட்டிற்கு ஒரு நாள் இரவு வந்திருந்த சாந்தினியுடன் மொட்டைமாடியில் அமர்ந்து முழு இரவும் பேசிக்கொண்டிருந்தாள். சாந்தினி, ‘வேற என்ன உனக்கு வேணுமாம்’, என்று கேட்டாள். ‘ஐம்பது வீட்டோட வாடகை பணத்த உங்கிட்டத்தான கொடுக்குறாரு. விதவிதமா நகை, புடவை. இவ்வளவு அழகான ஒரு மக. வேற என்ன வேணுமாம் உனக்கு’, இதே கேள்வியைப் பத்து முறைகளுக்கு மேல் கேட்டுவிட்டாள். எப்படி அவளிடம் சொல்வது, ‘இதுவரை அவருடன் தான் ஒரு முறை தான் உறவு கொண்டிருக்கிறேன்,’என்று. நந்தினியின் துடிப்பெல்லாம் அடங்கிப் போயிருந்தது.

சமைக்கும் வேலைகளுக்கு இடையே சத்யாவிடம் தான் ஒரு நாள் கேட்டாள். ‘நீ உன் புருஷனைத் தேடுறது இல்லையா’. ‘நீ வேற அக்கா. ரொம்ப நிம்மதியா இருக்கேன். எட்டுவருசமாச்சு. எப்படி இந்த ரெண்டு குழந்தைங்க பொறந்ததோன்னு நெனைச்சுக்குவேன். குடிபோதையில வந்து ரெண்டு தடவ அப்படி இப்படி தடவி ஏதேதோ செஞ்சாரு. நான் ஒரு மரக்கட்ட மாதிரி கிடைந்தேன். அதுல இந்த ரெண்டு குழந்தைங்க பொறந்துதுங்க. அப்புறம் என்னைய விட்டுட்டுப் போயி ரெண்டு வருசம் இன்னொரு பொம்பளையோட இருந்தாரு. அந்தப் பொம்பளைய கடைத்தெருவுல ஒரு நாள் பாத்தேன். நிறைஞ்ச தொங்கு சதையோட இருந்தா. என்ன மாதிரி எலும்புந்தோலுமா பொம்பள அவருக்கு இளப்பமா

போச்சு போலன்னு நெனைச்சுக்கிட்டேன். அப்புறம் அந்தப் பொம்பளைக்கிட்ட இருந்து வந்து ஒரு நாள் என்னைய தடவ வந்தாரு அதே மாதிரி. பக்கத்துல இருந்த கட்டைய எடுத்து முதுகுல அடிக்க எலும்பு உடைஞ்சிருச்சி. அதுக்கு அப்புறம் என் பக்கமே வர மாட்டாரு', நந்தினி அதிகமாய்ச் சிரித்தாள். நினைத்து நினைத்துச் சிரித்தாள். 'உனக்கு எதுவும் தோணாதா', என்று கேட்ட நந்தினியின் கண்களைச் சத்யா ஊடுருவிப் பார்த்தாள். 'இல்லக்கா, சத்தியமா இல்ல. என்னவோ அசிங்கமா தோனும். அந்த கையால தொட்டத நினைச்சுப்பாத்தா இன்னும் பல பிறவிக்கு என்னைய ஆம்பிளையவே தொடவிடக்கூடாதுன்னு தோனும்'. சத்யாவைக் கட்டி அணைத்துக்கொள்ள வேண்டும் போலத் தோன்றியது, கதறி அழ வேண்டும்போலத் தோன்றியது நந்தினிக்கு. அவளுடைய பணக்காரத்தனம் அவளை எட்ட நிறுத்தித் தன்னைத்தானே குதறிக்கொள்ள அவளை விட்டுவிட்டது.

அவ்வப்பொழுது தன் வீட்டிற்கு ஓடிச்சென்று அந்தத் தென்னைமரங்களின் முன் நின்று கதறி அழவேண்டும் என்று தோன்றும். ஏன் அந்த மரங்கள் வாய் திறந்து தன் வாழ்வை முன்னுணர்த்தவில்லை என்று கேட்கவேண்டும் போல் இருக்கும். தன் இலட்சியத்தில் தோல்வி அடைந்த அந்த எண்ணம் வேறு யாருக்கும் குறிப்பாகத் தன் தோழியருக்குத் தெரியக்கூடாது, தன் அப்பாவிற்குத் தெரியவே கூடாது என்று நினத்தாள். என்றாலும், ஒரு கோயில் கொடைக்கு அவள் கணவருடன் சென்று தன் குடும்பத் தலைக்கட்டுப் பணிகளை நிறைவேற்ற வேண்டிய கடமை முன்வந்த போது, சூரியுடனும் தன் குழந்தை கயலுடனும் போலியான தன் வெளிப்பாடுகளுடனும் கிளம்பிச் சென்றாள். தனக்குத்தானே தன்னை உணர ஒரு கோயில் யானையைப் போல் இருந்தாள். கோயில் கொடை விழா அந்தத் தென்னந்தோப்பில் தான் ஏற்பாடு செய்யப்பட்டிருந்ததைக் கண்டதும், தன் தூய்மையான அந்தரங்கவெளி எல்லோரும் அறிய ஆக்கப்பட்டிருந்ததைப் போல நிலைகொள்ளாத மனநிலை உண்டானது. ஊருக்குத் திரும்பவேண்டும் என்று சூரியை நச்சரிக்கத் தொடங்கினாள். 'நீ தான ஊருக்குப்

போகனும்னு ஆசையா இருந்த. கிளம்பு. எனக்கும் என்னவோ போல இருக்கு', காரில் பத்துமணிநேரம் பயணித்துச் சென்னை வந்து இறங்க, சூரிக்கு என்ன தோன்றியதோ, நந்தினியை இழுத்து அணைத்துப் புணர்ந்து களைத்துத் தூங்கினான்.

இனி நந்தினிக்குத் தான் கேட்பதெல்லாம் கிடைக்காது என்று உறுதியாகத் தோன்றிவிட்டது. தன்னிடமிருந்து தென்னை மரங்கள் மிக தொலைவிற்கு நகர்ந்துவிட்டன. வழக்கம் போல வாரத்திற்கு ஒரு முறையோ இருமுறைகளோ சாந்தினி அழைத்துப் பேசுவாள். தனக்குத் திருமணம் நிச்சயமானதைச் சொன்னவளிடம், 'ஏன் அப்பா எனக்குச் சொல்லவில்லை', என்று கேட்டுச் சண்டையிட்டாள். 'அப்பா சொல்றதுக்கும் முன்னாடி அவசரக்குடுக்கையாக நான் சொல்லிட்டேன். விடு,' என்றவள், 'நீ ரொம்ப சின்னச் சின்ன விசயத்துக்கெல்லாம் பெருசா கோவிச்சுக்குற. இன்னொரு குழந்தை பெத்துக்கோ. சரியாயிரும்', என்று சொன்னாள். சிறிய மௌனத்திற்குப் பிறகு, 'நான் மாசமா இருக்கேன்', என்று ஒரு கெட்ட செய்தியைச் சொல்லும் தொனியில் சொன்னாள்.

'வாழ்த்துகள்.'

'இந்தக் குழந்த வேணாம் எனக்கு. அவர கவனிக்கனும். லிவர் கிட்னியெல்லாம் பாதிக்கப்பட்டிருக்காம். டிஅடிக்ஷன் சென்டருக்குக் கூட்டிட்டுப் போவனும் சாந்தினி'

நிலைமையின் தீவிரத்தை உணர்ந்த சாந்தினி, 'என்ன சொல்றதுன்னு தெரியலக்கா. வேணும்னா கயல எங்கிட்டக் கொஞ்ச நாள் விட்டுட்டுப் போ. பாத்துக்குறேன்', என்று அழைப்பைத் துண்டித்தாள். நந்தினிக்கு அந்தக் கருவைக் கலைத்துவிடலாம் என்று தோன்றினாலும் அதற்கான மெனக்கெடுதல்களே ஆயாசமாக இருந்தன. இந்த முறை கோகிலத்திற்குத் தான் கருவுற்றிருக்கும் செய்தியைத் தெரிவிக்கப் போவதில்லை என்று முடிவெடுத்துக் கொண்டாள். கோகிலம் நினைவில் வரும்போதெல்லாம், 'சரியனா கொக்கரக்கோ', என்று ஏனோ தனக்குத்தானே கிண்டல் செய்துகொள்வாள்.

வாழ்வின் காலநடை தீவிரமெடுத்தது. சாந்தினிக்குத் திருமணம் ஆனது. புடைத்த வயிறுடன் திருமண வேலைகளையும் செய்து திருமணத்திலும் பங்கெடுத்துக் கொண்டாள். சாந்தினி, கயலை எப்பொழுதும் தன்னுடனேயே கூட்டித் திரிந்தாள். சாந்தினியின் கணவன், வசீகரம் இல்லாமல் தோன்றினான். 'வசீகரமா முக்கியம். நல்ல வாழ்க்க முக்கியம்', என்று தென்னைமரங்களிடம் பேசிக்கொண்டாள். சூரிக்கு அடிக்கடி உடல்நலமில்லாமல் போனது. அவனுக்கான மருத்துவ வசதியைச் சென்னையில் தான் ஏற்படுத்திக்கொடுக்க முடிந்ததால், ஊரில் அதிக நாட்கள் தங்காமல் சென்னைக்கு ஓடிவந்தாள். மகன் பிரசவத்திற்கு இரண்டு நாட்களே மருத்துவமனையில் இருந்தாள். பாலூட்டியபடியே தன் கணவனின் மருத்துவத்திற்காக அலைந்தாள். தேறி வீட்டிற்கு வருவான். ஒருவாரம் அமைதியாகத் திரிவான், அன்பாய்ப் பேசுவான். அடுத்தவாரமே குடிக்கத் தொடங்கிவிடுவான். சில வாரங்களில் உடல் நிலை மோசமாகும். கோகிலம் ஒருமுறை அழைத்து, 'உன்கிட்ட கட்டி வச்சதுக்கு என்பையன பாழுங்கிணத்துல தள்ளிவிட்டிருக்கலாம். எல்லாம் சந்திரா சொன்னான்னு செஞ்சேன்', என்று சொல்ல, மனதிற்குள்ளேயே 'கொக்கரக்கோ கொக்கரக்கோ', என்று சொல்லிவிட்டு அவள் முடிக்கும் வரை காத்திருந்து அழைப்பைத் துண்டித்தாள். சந்திரா நேரில் வந்து பார்த்து, சூரியிடம் கொஞ்ச நேரம் தனியே பேசியிருந்து விட்டுச் சென்றாள். தன் வீட்டிலிருந்து வெளியேறிய அவள் பின்புற வாத்து நடையை ரசித்துச் சிரித்துக்கொண்டாள் நந்தினி. ராஜமாணிக்கம் அழைத்து, 'பணம் எதுவும் வேணுமா', என்று கேட்டபோது, 'ஒரு எழவும் வேணாம்', என்று வைத்தாள். சாந்தினி, கணவனுடன் அமெரிக்கா செல்லும் முன் ஒரு முறை வீட்டிற்கு வந்துவிட்டு நந்தினியைக் கட்டியணைத்து அழுதுவிட்டுச் சென்றாள். சூரி, அங்கும் இங்கும் நந்தினியை ஓடவைத்தான். மார்பில் ஒரு குழந்தையையும், கையில் ஒரு குழந்தையையும் இழுத்துக் கொண்டு தனியே அலைக்கழிவதைப் போல இருந்தது. பலமுறை மரணத்தின் வாயில் வரை சென்றுவிட்டுத் திரும்பினான்.

எங்கேயாவது அவசரமாக போகவேண்டியிருந்தால், சத்யாவை அழைத்து வீட்டில் விட்டுவிட்டுக் கயலை அவளுடன் விட்டுவிட்டு அவள் கையில் ஐநூறு ரூபாய் தாளைக் கொடுத்து, ‘எதும்னா வாங்கிக்கொடு சத்யா’, என்று சொல்லிவிட்டுச் சென்றாள். திரும்பி வந்ததும், அந்தத் தாளை அப்படியே திரும்பக் கொடுத்தாள். ‘வச்சுக்கோ சத்யா’, என்று சொல்ல, ‘எனக்கெதுக்குக்கா இந்தப்பணம்’, என்று சொல்லிவிட்டு சமையல் மேடையிலேயே வைத்துவிட்டுப் போனாள். உழைப்பை மட்டுமே பார்த்திருந்த சத்யா துரும்பாய் எலும்புகள் மட்டுமே தெரிய அவற்றின் மீது நைந்த சேலையை அழகாய், மடித்துப் போர்த்திய பொம்மையைப் போல் இருந்தாள். அவளைப் பார்ப்பதற்கு நந்தினிக்குப் பொறாமையாக இருக்கும். ‘என்ன விடுதலையான வாழ்க்கை’, என்று நினைத்துக்கொண்டாள்.

அத்தனை நூறு தென்னைமரங்களின் உச்சிகளும் முறிந்து வீழ்ந்தது போல் தான் கனவுகண்ட ஒரு நாள் அதிகாலை, மருத்துவமனையிலிருந்து அழைப்பு வந்தது, ‘சூரி இறந்து விட்டான்’, என்று. கோகிலம் ஓடிவந்து, ‘அவன் சாகலை. நீ தான் அவனக் கொன்ன’, என்று குதறி எடுத்தபோது நந்தினி உறுதியாக அசையாது நின்றாள். சாவுக்கு வந்திருந்த ராஜமாணிக்கம், ‘இனி எதுவும் எனக்குத் தெரியாம செய்யாத, எந்தச் செலவுன்னாலும் என்கிட்ட சொல்லிட்டுச் செய்’, என்று ரணமாக்கிவிட்டுச் சென்றார். வீடே கும்மென்று இறுகிக் கிடந்தது. கயலையும் கர்ணனையும் வளர்க்க வரும் வருமானம் போதும் என்பது பெரிய நம்பிக்கையைக்கொடுத்தது.

எல்லாம் அடங்கிய ஒரு நாள் சத்யா வந்தாள். ‘என்னக்கா பண்ணப்போற. இந்தப்பெரிய வீட்டுல தனியா இருக்கப் போறியா’, கேட்டவளிடம், ‘ இன்னைக்கு உனக்கு வேற என்ன வேல. இன்னைக்கு ஒரு ராத்திரி எங்கூடத் தங்கிக்கோயேன். ப்ளீஸ்’, என்றாள். சத்யா, அமைதியாகத் தலை அசைத்தாள். எல்லோரும் ஒன்றாக அமர்ந்து சாப்பிட்டுவிட்டுக் குழந்தைகளைத் தூங்கவைத்ததும், சத்யாவும் தூங்கத் தயாரானாள்.

‘சத்யா இங்க வாயேன்’

அழைத்து சூரியின் அறையில் அலமாரியினைத் திறந்தாள். மிச்சமிருந்த மதுக்குப்பிகளிலிருந்து ஒன்றை எடுத்துக்கொண்டு மாடிக்குச் சென்றாள். இரு நாற்காலிகளை இழுத்துப் போட்டு, இரு டம்ளர்களில் ஊற்றி ஒன்றினைச் சத்யாவிடம் நீட்டினாள். 'குடிப்போம். இந்தா குடி', சத்யா தயங்கினாள்.

'பயப்படாத. நாம அடிமை ஆகமாட்டோம். குடி', என்ற நந்தினியிடம் வாங்கி சத்யா குடிக்கத் தொடங்கினாள். பௌர்ணமிக்கு அடுத்த நாள் என்பதால், நிலவு பெரியதாகக் காய்ந்தது. இருவரும் நீண்ட நேரம் எதுவுமே பேசிக்கொள்ளவில்லை.

# 7. தடாகம்

மலர், தன்னைச் சுற்றியுள்ள உலகமே நீரில் மூழ்கியிருப்பதைப் போல கனவு கண்டாள். உண்மையில் நீரில் தான் இருக்கிறோமா என்று தன்னைத்தானே இன்னும் ஒரு முறை பார்த்துக் கொண்டாள். நீரில் மூழ்கியிருந்தாலும் அவள் இயல்பாகவே மூச்சு விட்டுக்கொண்டு இருந்தாள். தான் ஒரு கடல் உயிரி ஆகிவிட்டோமா என்று சந்தேகிப்பதற்குள் தன் வீட்டிற்கு வெளியிலிருந்து குரல் கேட்டது, 'மலரக்கா, தடாகத்த தூர் வாரப்போறங்களாம். நான் போய் வேடிக்க பாக்கப்போறேன்', என்று பிரபா கத்தினான். குரல் இவள் காதுகளுக்குள் வந்து விழும்போது அவள் இன்னும் கனவின் பீடிப்பிற்குள் இருந்ததால் சன்னமாகக் கேட்டது. இன்னும் மலர் கனவிலிருந்து வெளியே வரவில்லை. தன் உடலைப் பார்த்தால், அது அப்படியே அவள் அம்மா கனகத்தின் உடலைப் போல இருந்தது. 'இது யார், நானா இல்லை என் அம்மாவா?', என்று யோசித்து கண்டுபிடிப்பதற்குள் கனவிலிருந்து கண் விழித்து வீட்டின் மேற்கூரையில் சுழலும் மின்விசிறியினைக் கண்டாள். எழுந்தாள். பல் துலக்கினாள். உடையைத் திருத்திக்கொண்டு மலரும் தடாகத்தை நோக்கி நடந்தாள்.

தடாகத்தின் வறட்சியான மணற்பரப்பின் நடுவில் ஜேசிபி

என்கிற பெரிய கனரக இயந்திரம் இறங்கியிருந்தது. ஊரில் உள்ள பெரியவர்கள் பத்து பேருக்கும் மேலே வெள்ளை உடைகளில் அங்கே குழுமி, சடங்குகளைச் செய்து கொண்டிருந்தனர். பெரிய படையலாய் இருந்தது. நீளமான வாழை இலையில் பூக்கள், பழங்கள், வெற்றிலை, பொங்கல், இனிப்புகள் என்று விதவிதமாக வகை வகையாக விரவியிருந்தனர். வழக்கமாக நடப்பது தான். அந்த ஊரின் குலதெய்வத்தை வணங்குதற்போன்று படையல். ஊருக்கும் மக்களுக்கும் நீர் ஆதாரம் அந்தத் தடாகம். கற்பூரத்தை எல்லோர் முன்னும் சுழற்றி இனிப்புகளைப் பகிர்ந்து கொண்ட பின், வேலையைத் தொடங்கிவிட்டதற்கு அர்த்தமாக, ஒரு பெரிய பிடி வண்டலை அள்ளி தூரம் எறிந்துவிட்டு, அந்த வண்டியின் ஓட்டுநர் கீழே இறங்கிச் சாப்பிடச் சென்றார். ஊர்ப்பெரியவர்களும் கையில் கிடைத்த இனிப்புகளைச் சாப்பிட்டுவிட்டு நடையைக் கட்டினார்கள். பிரபா, அந்த ஓட்டுநரின் பின்னேயே வாலாட்டும் சிறிய நாயைப் போலச் சென்றான். இன்னும் வெயில் தலையைக் காட்டவில்லை. தடாகம் தனிமையாக இருந்தது. தடாகத்தின் நடுவில் அவள் மட்டுமே நின்று கொண்டிருக்கும் ஒரு கணத்தில், அந்த வண்டல் மண் பூமியில் தன் கண்களுக்குத் தன் அம்மாவின் அடையாளம் ஏதும் தென்படுகிறதா என்று தேடினாள். வரலாற்றின் நெருக்கடியான பாதைகளுக்கு இடையே தொலைந்து போன குண்டூசியைத் தேடுவது போல அவளுக்குத் தோன்றினாலும், அந்தத் தடாகம் தண்ணீருடன் இருந்தாலும், தண்ணீரற்று இருந்தாலும் அவள் அம்மாவின் உடல் போன்றது அவளுக்கு.

தன் பாட்டி இசக்கி தான் மலருக்கு அவள் அம்மாவைப் பற்றிய எல்லாவற்றையும் சொல்லியிருந்தாள். ஒரு நூற்றாண்டின் கதையைப் போல அவள் தினமும் அந்தக் கதையைப் பற்றி நீளநீளமாக நினைத்துக்கொள்வதுண்டு. உலர்ந்து வறண்டு போயிருக்கும் அந்தத் தடாக நிலத்திலேயே அங்கும் இங்கும் நீண்ட நேரம் உலவினாள். இன்னும் அவள் கண்கள் தேடுவதை நிறுத்தவில்லை. யாரோ தவறவிட்ட பத்து ரூபாய் நாணயம், யார் தலையிலிருந்தோ வீழ்ந்திருந்த ஹேர்பின், ஓர் ஒற்றை ரப்பர் வளையல், ஒற்றை செருப்பு, கிழிந்து போய் எறியப்பட்டிருந்த

கைப்பை, ஒரு கை உடைந்திருந்த சிறிய புத்தர் சிலை, விநோதமான வடிவில் பானை ஓட்டுத்துண்டு என்று அவள் கண்ணில் ஏதேதோ பட்டுக்கொண்டே இருந்ததே தவிர அவள் அம்மாவின் அடையாளமாய் எதுவுமே தென்படவில்லை. ஏனோ அவள் நீண்ட நேரம் அந்தத் தடாகத்தில் காத்திருந்தும் இயந்திரத்தின் ஓட்டுநரோ வேலை பார்க்கும் பணியாளர்களோ வரவே இல்லை. காலம் காலமாய் அந்தக் குறிப்பிட்ட நாளில் தடாகத்தைத் தூர் வாருவார்கள் என்பதற்காகப் பணியைத் தொடங்கியிருக்கின்றனர். இனி அவரவர் வசதி போல வந்து பணியைத் தொடர்ந்து முடிப்பார்கள்.

கண்ணுக்கெட்டிய தூரத்தில், தடாகத்தின் கரையில் வந்து சேரும் ஊர்த்தெருவில் இசக்கி நடந்து வந்து கொண்டிருந்தாள். கண் சரியாகத் தெரியாது. இவ்வளவு தூரம் நடந்து வரவும் முடியாது. மலர் தடாகத்திற்கு வந்திருக்கிறாள் என்றதும் இசக்கிக்குப் பொறுக்கமுடியாது. உடலே கனமாகியிருக்கும் அவளுக்கு. தடாகத்தின் அளவிற்குக் கண்ணீர் ஒரு சேர வந்து முட்டியது மலரை. விட்டால், அங்கேயே உட்கார்ந்து மாரில் அடித்துக்கொண்டு மீண்டும் அழத்தொடங்கியிருப்பாள். இசக்கி முன் அதையெல்லாம் செய்துவிடமுடியாது. தன்னை விட, இசக்கி தான் தடாகத்தில் நிரம்புவதை விட அதிகமான கண்ணீரைச் சுமந்து கொண்டிருக்கிறாள் என்று மலருக்குத் தெரியும். இசக்கியை அதிக தூரம் நடக்கவிட வேண்டாம் என்று மலரே வேகவேகமாக கரையேறி, இசக்கி இருக்குமிடத்திற்கு விரைந்து அவளுடன் சேர்ந்து கொண்டாள். பேச்சு ஏதும் அவசியம் இல்லாமலே இசக்கியும் திரும்பிக்கொள்ள இருவருமாக வீட்டை நோக்கி மெல்ல நடந்தனர்.

அடுத்தடுத்த நாட்களில் தடாகத்தின் மீது அந்தக் கனரக இயந்திரம் ஊர்ந்து ஊர்ந்து மண்ணை அள்ளிக் கரைக்குக் கொண்டு வந்து சேர்த்துக் கரையை உயர்த்தியது. போதுமான மடைகளும் சேற்றுத்துளைக் குமிழிகளும் இருந்தும் தடாகத்தில் எப்படியாவது வண்டலும் சேறும் சேர்ந்து விடுகிறது என்று அலுத்துக்கொண்டார் பஞ்சாயத்துத் தலைவர் மாணிக்கம். மண்ணை அளவிற்கு அதிகமாகத் தோண்டி எடுத்து

விற்றுவிட்டதாக சென்ற ஆண்டு தோன்றிய குற்றச்சாட்டைத் தவிர்க்க கண்காணிப்பாளர் ஒருவர் நியமிக்கப்பட்டிருந்தார். எந்த வண்டியிலும் மண்ணை அள்ளிவிடக்கூடாது என்பதற்காகத் தடாகத்தின் காவலுக்காகப் போடப்பட்டிருந்த கண்ணன், மலருக்கும் உறவினர் தான். கரையை ஒட்டிய மேட்டில் இருந்த அரசமரத்தின் கீழே போடப்பட்டிருந்த கற்படுக்கைகளில் வந்து மலர் அமர்ந்ததும், சிறுவர்களுடன் வேடிக்கை பார்த்துக் கொண்டிருந்த பிரபாவும் அவளுடனேயே வந்து உட்கார்ந்து கொண்டான். அவனுக்கு அந்தப் பெரிய இயந்திரம் மண் அள்ளிப் போடுவதும் அது செயற்கையாக மூச்சுவிட்டு இயங்குவதும் சுவாரசியத்தைத் தந்தன. வேடிக்கை பார்த்துக்கொண்டிருந்தான்.

தலையைச் சுற்றிக் கழுத்துடன் போட்டிருந்த துப்பட்டாவினால் கழுத்துப்பகுதி வியர்க்க அதைத் தளர்த்தினாள். எங்கிருந்தோ வந்த காற்று கழுத்தைக் குளிர்வித்தது. தூரத்தில் இருந்தே கண்ணன் கரையில் இருந்த வேப்பமரத்தடியில் துண்டை விரித்துப் படுத்துக்கொள்வது தெரிந்தது. மலருக்கு என்னென்னவோ போல இருந்தது. காலத்தின் முன்னும் பின்னும் குழம்பியது போலவும், இறந்த காலமே மேலோங்கி நிற்பது போலவும் தோன்ற கண்ணுக்குப் புலனாகாத காலத்தின் கைகள் அவள் சிறுமியாக இருந்த காலத்தை நோக்கி அவளைப் பின்னிருந்து இழுப்பதை உணர்ந்தாள். வெயில், கண்களைப் பூஞ்சையாக வந்தடைந்து கொண்டேயிருக்க, பெருமூச்சு விட்டாள். பிரபா கேட்டான், ‘ஏன் ஒரு மாதிரி இருக்க. இந்த இடத்துக்கு வந்தா நீ இப்படித்தான் முகத்த எல்லாம் சுருக்கிக்கிற.’ மலர் அவன் முகத்தின் பொலிவைப் பார்த்துவிட்டுச் சொன்னாள்.

‘இந்தத் தடாகத்துக்குன்னு ஒரு கதை இருக்கு பிரபா.’

‘ஆமா, கிழவியும் அதத்தான் சொல்லும். ஆனா ரெண்டு பேருமே என்ன கதைன்னு சொல்ல மாட்டீங்க’

மலர் செல்லமாக அவனைத் தட்டினாள். ‘கிழவியாம். மரியாத தெரியுதா பாரு’

‘இப்பவாவது கதையச் சொல்லேன். அந்த மிஷின அங்கயும்

இங்கயும் ஒரு அனிமல் மாதிரி நகருறத வேடிக்க பாத்துக்கிட்டே கதைய கேக்குறது எவ்வளவு இண்டரஸ்டிங்கா இருக்கும்'

மலர், மண்ணில் தன் ஆட்காட்டிவிரலால் வட்டமாய் கோடிட்டபடியே யோசித்தாள். பின், கதையைச் சொல்லத் தொடங்கினாள்.

'இந்தத் தடாகம் முழுக்க மழைக்காலத்துல நீர் நிரம்பியிருக்கும். சுத்தியுள்ள ஊர்ல இருந்தெல்லாம் தண்ணி இங்க வந்து சேந்துரும். தண்ணீ அதிகமானா அதோ அந்த மடை வழியா, கால்வாய்க்குப் போயிரும். தாமரையும், அல்லியும் மீனும், நிரம்பியிருக்கும். நான் சொல்றதெல்லாம் ஒரு இருபத்தைஞ்சு வருசத்துக்கு முன்னாடி. அப்ப நான் ரெண்டு வயசு சின்னப்பொண்ணாம்.

'தடாகம் பார்க்க ரொம்ப அழகா இருக்கும். செக்கச்செவேரென்னு தாமரை பூத்திருக்கும். சுத்தியுள்ள படித்துறையில காலையிலேயே பொம்பளையும் ஆம்பிளையும் குளிக்க வந்துருவாங்க. இப்ப உள்ள மாதிரி சாக்கடைத் தண்ணீயா இருக்காது. தாமரை மண்டிக் கிடந்ததுனால சேறு சேந்தது தான். மத்தபடி, குளத்துக்கு ஒரு அழகும், சுத்தமும் இருந்துதுன்னு வச்சுக்கோயேன். ஒரு நீளமான கோடைக்காலம் வந்துச்சு. குளம் வறண்டு போச்சு. மீனு, நண்டு, நத்தை எல்லாம் காணாமப் போச்சு. இதே மாதிரி வறண்டு சொட்டுத் தண்ணீ இல்லாமப் போச்சு.

'கண்ணுக்கெட்டுன தூரம் வரைக்கும் இது மாதிரி வறண்டு இருந்துச்சி. ஒரு வருசம் இல்ல, ரெண்டு வருசம் இல்ல. மூணு வருசம் தொடர்ந்து தடாகம் நிரம்பவே இல்ல. மழை பெஞ்சாலும் குளம் நிரம்பல. ஊர்ல ஒவ்வொருத்தரும் எப்பப்பாத்தாலும் தடாகத்தப் பத்திதான் பேசிக்கிட்டு இருந்தாங்க. ஆனா, இந்த ஊரு பஞ்சாயத்துத் தலைவரோட அப்பா முத்துலிங்கம் தான் அப்ப பஞ்சாயத்து தலைவரு. அவருக்கு மட்டும் தான் உண்மை என்னன்னு தெரியும்.

இந்த ஊர் எல்லையில ஒரு பெரிய பங்களா இருக்குதே. பாழடைஞ்சு கிடக்குதே.' மலர் தன் இடதுபக்கமாகத் திரும்பிப்

பிரபாவைப் பார்த்தாள். பிரபா முகத்தில் அந்தப் பங்களாவின் இருள் சித்திரம் வந்தடைந்தது போல தீவிரமானான். ஆமாம் என்று தலையசைத்தான்.

'அந்தப் பங்களா பணக்காரனுக்கு ஒரு அழகான மனைவி இருந்தா. ஆனா அவங்களுக்கு குழந்தையே உண்டாகல. அவ்வளவு அழகான மனைவி இருந்தும் அவளோட கணவன் வேற ஒரு பொண்ணோட உறவு வச்சி, குழந்தையும் பெத்துக்கிட்டாரு. அவ அழக அந்த ஊரே கொண்டாடுச்சி, உலகமே கொண்டாடுச்சி. ஆனா, அவளோட கணவன் அத ஒரு பொருட்டா கூட நினைக்கலன்னு அவளுக்கு அப்படி ஒரு வேதனை. அவளோட அழகு அப்படியே கொஞ்சம் கொஞ்சமா மங்கிப்போயி ஒரு காஞ்ச சருகு மாதிரி ஆகிக்கிட்டு இருந்தாளாம். தாங்க முடியாத வேதனையிலயும் தனிமையிலயும் மனக்கொந்தளிப்போட புத்திப்பேதலிச்சு இருந்த அவளுக்குத் தீர்வு வேணும்னு நெனைச்சுக்கிட்டே இருந்தாளாம். அப்ப அவ கண்ணாடியில அவ முகத்தப் பாத்தப்ப அவ முகத்துக்குப் பதிலா வறண்டு பாழா கிடந்த இந்தத் தடாகம் தான் சித்திரமா தோணுச்சாம். ஊரெல்லாம் பாக்குற மாதிரி தலைவிரி கோலத்துல புடவையெல்லாம் அலங்கோலமா கிடக்க இந்தத் தடாகத்தச் சபிச்சாளாம். இந்தத் தடாகம் தான இந்த ஊருக்கே மையமா இருக்கு, வாழ்க்கை கொடுக்குறதா இருக்கு.'

பிரபா குறுக்கிட்டான். 'அதுக்கு எதுக்கு இந்தத் தடாகத்த சபிச்சாங்க. அவளோட கணவனைத் தான சபிச்சிருக்கனும்.'

'அவ அழகக் கொண்டாடுன இந்த ஊருமக்கள் யாரும் அவ கணவன் அவளுக்குச் செஞ்ச துரோகத்தத் தட்டிக் கேக்கலன்னு ஆதங்கம். அது நியாயம் தான. கல்யாணம் ஆகி வந்தப்போ ஊரு உலகமெல்லாம் அவளத் தங்கம் தங்கம்னு மெச்சுனுச்சி. அவளுக்கு ஒரு அநீதி நடக்கும்போது கண்டுக்கனுமா இல்லையா. தடாகத்த சபிச்சப்போ எல்லாரும் என்ன பெருசா நடந்துரப்போவுதுன்னு தான் நெனைச்சாங்க. ஆனா, தடாகம் கொஞ்சம் கொஞ்சமா வத்தத் தொடங்குச்சி. ஒரு தாமரைய காணல. பூச்சி பொட்டு எதுவும் திரியல.

தண்ணீ கூட கொஞ்சம் கொஞ்சமா சாக்கடை மாதிரி ஆகி, பூமி பாளம் பாளமா வெடிச்சு ஒரு நாள் பாத்தா தடாகம் இருந்த தடயமே இல்லையாம். ஆடு மாடுகளுக்கு நீரு இல்ல. பயிருகளுக்கு இல்ல. மனுசங்களுக்கும் ஒன்னும் இல்ல. ஊரே பச்சைன்னு ஒன்னு இல்லாம வெறிச்சிப்போய் வெயிலு மட்டுமே ஊருக்குள் திரிஞ்சா எப்படி இருக்கும் அது மாதிரி ஒரு வெறிச்ச களை ஊருக்கு வந்து ஆடுமாடுங்க எல்லாம் செத்துக்கிட்டே இருந்துச்சாம். பறவையோட சத்தமே கேக்கலயாம். ஊரவிட்டு ஒவ்வொரு குடும்பமா வேற ஊருக்குப் பொழப்பு தேடிப்போகத் தொடங்குனாங்க.

‘அதுமட்டும் இல்ல. இந்தத் தடாகத்த சபிச்ச அவங்க மேலயும் தீப்பிடிச்சி அவங்களும் இறந்து போனாங்க. அப்பவும் மக்கள் மாறவே இல்ல. அவளோட அழகு தான் அவ்வளவு கெட்டதைக் கொடுத்துச்சின்னு அந்தப் பொண்ணக் கரிச்சிக் கொட்டுனாங்க. அப்ப, அந்த முத்துலிங்கம் சொன்னாருன்னு எல்லாரும் ஒரு ஜோசியர்கிட்ட போனாங்க. அந்த ஜோசியர் ஒரு விதண்டாவாதமான ஆளாம். அவரு தான் அந்தப்பங்களா பொண்ணு தங்கத்துக்கிட்டச் சொல்லிச் சபிக்கச் சொன்னதா கூடப் பேச்சு இருந்துச்சு’

‘இந்தச் சாபம், ஜோசியம் இதெல்லாம் நீயும் நம்புறியாக்கா?’

‘நான் நம்பல. ஆனா சொற்கள ஏவிவிடுறதுதான. பேசவே முடியாதவங்களா இந்தச் சமூகம் இருந்தா எப்படி இருக்கும்னு நான் அடிக்கடி யோசிக்கறது உண்டு. நாம ஒருத்தர ஒருத்தரு பத்தி என்ன நினைக்கிறோம்னு தெரியாம வாழுறதுல பாதி வெளிச்சமும் பாதி இருட்டுமா இருக்கும். அதே மாதிரி பேச்சு வந்ததுக்கு அப்புறமும் மனுசன் இப்படிப் பாதி இருட்டா, பாதி வெளிச்சமா ஆகிட்டாங்க. சொல்லுக்குச் சக்தி இருக்கான்னு தெரியல. ஆனா ரொம்ப வஞ்சிக்கப்படுறவங்க வேதனைக்கு ஒரு வெப்பம் இருக்கோன்னு அப்பப்ப தோனும்.’

‘சரி. அந்த ஜோசியரு என்ன சொன்னாருன்னு சொல்லு’

மலர் அமைதியானாள். சற்று நேரத்திற்கு அவளிடமிருந்து

எந்த வார்த்தையும் வரவில்லை. தொலைதூரம் சென்ற அவள் பார்வை தன் அருகில் பேசும் பிரபாவின் குரலை உள்வாங்க முடியாமல் திணறியது.

‘என்னன்னு கேக்கறேன் இல்ல’

‘ம்’

‘அந்த ஜோசியரு அப்படி என்ன தான் சொன்னாருன்னு சொல்லுக்கா. நம்ம ஊரு பத்தி இவ்வளவு பெரிய கதை இருக்குன்னு யாருமே சொன்னதுல்ல’

‘ஆமா. வேற யாருக்கும் அந்தக் கதைக்கும் சம்பந்தமே இல்ல. என்னால இதுக்கு மேல சொல்லமுடியல. நீ வேணா போயி இசக்கிக்கிட்டக் கேட்டுக்கயேன்’

பிரபா ஏமாற்றமானான். சில நிமிடங்கள் மலருடன் உட்கார்ந்து இருந்துவிட்டு எழுந்து பின்பகுதியின் புழுதியைத் தட்டிவிட்டு மண் அள்ளிப்போடும் இயந்திரத்தை வேடிக்கை பார்க்கப்போய்விட்டான். மலரால் நீண்ட நேரம் அங்கே உட்கார்ந்திருக்க முடியவில்லை. வெயில் அப்படியான ஊமைத்தனத்துடன் இருந்தது. எழுந்து தன் வீட்டை நோக்கி ஏறி நடந்தாள். உடலே கனமான கருங்கல்லைப் போல ஆகி இருந்தது. பிரபாவிடம் இந்தக்கதையைச் சொல்லத் தொடங்கியிருக்கக் கூடாதோ என்ற எண்ணமும் தோன்றியது. ஒரு தூண் நடந்து செல்வதைப் போல அவளுக்கே அவள் பாரமாக இருந்தாள்.

பிரபா என்ன நினைத்தானோ இரவு ஒன்பது மணிக்கு வேகமாக வீட்டிற்குள் நுழைந்தான். ‘கெழவி எங்க?’

‘தூங்கிருச்சி. எழுப்பாத’

சொல்லி முடிப்பதற்குள் பிரபா, அந்தக் கனத்த கதவைத் தள்ளி உள்ளே நுழைந்தான். இசக்கியும் கதவின் சத்தத்தில் கண்விழித்துப் புரண்டாள். பிரபா, அவள் அருகில் போய் உட்கார்ந்து உலுக்கினான். இசக்கிக்குத் தூக்கம் கலைந்தே விட்டது என்று உறுதியாகத் தெரிந்தது மலருக்கு.

'என்னடா', அருகில் வந்து உட்கார்ந்த பிரபாவின் கையை வருடினாள் இசக்கி.

'மலர் ஒரு கதைசொல்லத் தொடங்கினா. பாதியிலேயே நிறுத்திட்டா. மீதிய நீ சொல்லு, ப்ளீஸ்'

அந்த அரைகுறை இருளிலும் இசக்கியின் கண்கள் மினுங்கியதை சற்று தொலைவிலிருந்தே மலரால் பார்க்கமுடிந்தது.

பிரபாவிற்கும் இசக்கிக்கும் இடையே அப்படி ஒரு நெருக்கம். எங்கிருந்து வருகிறான் என்று கூடத் தெரியாது. கேட்கும் போதெல்லாம் ஊரை ஒட்டிய ஒதுக்குப்புறமாக இருக்கும் தெருவை, குடியிருப்பைக் குறிப்பிடுவான். இசக்கியின் தலைமுறைக்கும் அவன் தலைமுறைக்குமான இடைவெளியில் மூச்சுவிடும் சுகம் இருந்தது போல. இருவரும் அப்படி அன்னியோன்யமாக பழகுவார்கள். பல நேரங்களில் இசக்கி மறைவில் குளிக்கும்போதெல்லாம் அவள் புடவையை நனைத்துக் காயவைத்து குளித்து முடிக்கும் அவளிடம் உலர்ந்த புடவையை நீட்டுவான். குடிக்கத் தண்ணீர் கொண்டு வந்து வைப்பான். அவள் அறையைத் தூய்மை செய்து கொடுப்பான். சில நேரங்களில் அவன் அவளுக்குத் தலைசீவி விடுவதையும் கூடப் பார்த்திருக்கிறாள். அவர்கள் உலகத்தில் மலர் குறுக்கிட்டதே இல்லை. மலர், தன் படுக்கையை நோக்கிச் சென்றாள்.

'ஜோசியரு என்ன சொன்னாருன்னா, தங்கம் பேருல இருக்கிற இன்னொரு பொண்ண இந்தத் தடாகத்துக்குப் பலி கொடுக்கனும்னாரு.'

'அய்யோ', பிரபா கத்தினான். 'அது ஏன் அப்படி?'

'அப்படின்னா, செத்துப்போன பொண்ணு பேரு தங்கமாம். ஊரெல்லாம் தேடினாங்க. அந்தப் பேருல பொண்ணே இல்ல. ஆனா ஜோசியரு சொன்னாரு, பொன்னுமணி, சொர்ணம், கனகம்னு ஏதாவது கிடைக்கும் பாருங்க. அப்பத்தான் என் பொண்ணு கனகத்த அவன் சொல்றான்னு நேரடியாவே என் வீட்டு வாசல்ல வந்து நின்னாங்க. இதோ இந்த வாசல்ல தான். ஜோசியருக்கும் என் கனகத்துக்கும் இடையில கொஞ்ச நாளாவே

பகை. அவன் என் பொண்ண கல்யாணம் பண்ணித்தரக் கேட்டான். குளிச்சு உடுப்பு மாத்தும்போதெல்லாம் மறைஞ்சு பாத்தவன கல்யாணம் பண்ணிக்கமாட்டேன்னு சொல்லி என் சம்மதமே இல்லாம இன்னொருத்தனைக் கல்யாணம் பண்ணிக்கிட்டு வந்துருந்தா கனகம்'

இசக்கி தன் சுவரில் ஒரு ரசமிழந்த கண்ணாடியை மாட்டி வைத்திருந்தாள். இசக்கி கதை சொல்லச் சொல்ல, தெருவில் போகும் வாகனங்களின் வெளிச்சம் அந்தக் கண்ணாடியில் பட்டு உரு சிதறிய உருவங்கள் சுவர்களில் நகர்ந்து சென்று கொண்டே இருந்தன. பிரபாவிற்கும் அதில் ஏதோ காட்சிகள் தென்பட்டிருக்கவேண்டும்.

அந்த இரவிலும் இசக்கிக்குப் பேச்சுத்துணைக்கு வெற்றிலை அவசியமாக இருக்க அதில் அவள் கவனம் ஈடுபட, பிரபா 'நான் வச்சித்தரேன். நீ கதைய சொல்லு முதல்ல', என்று சொல்லி அவளை உசுப்பினான். வெற்றிலை பெட்டியைத் தன் கையில் வாங்கிக்கொண்டு வெற்றிலையின் காம்பினைக் கிள்ளி, இசக்கிக்கு ஏற்றாற் போல பாக்கினை வெற்றிலையில் அதக்கி மடித்துக் கடைசி வெற்றிலையில் சுண்ணாம்பினைத் தடவி நீட்டினான். இசக்கியும் கதையைச் சொல்ல தடுமாறினாள். என் பொண்ணத் தான் பலி கொடுக்கனும்னு முடிவு பண்ணுனாங்க. சட்டு புட்டுன்னு ஏதாவது பண்ணித் தடாகத்துல தண்ணீ வரவச்சிடனும்னு ஊர்மக்களும் நினைச்சாங்க. நான் இந்தத் தெருவுக்கும் அந்தத் தெருவுக்குமா என் முந்தி கீழ புரள ஓடுனேன். என் மக கனகத்தக் கூட்டிட்டுப் போயி நடுத்தடாகத்துல நிக்கவச்சி என்ன ஏதுன்னு யோசிக்கறதுக்கு முன்னாடியே எல்லாத்தையும் செஞ்சு முடிச்சாங்க. அவள நடுத்தடாகத்திலேயே புதைச்சாங்க. அதத்தொடர்ந்து கனகத்தோட புருஷனும் தூக்குப் போட்டுக்கிட்டான்.' கொஞ்ச நேரம் இருவருக்கும் இடையில் இருளைப் போன்ற ஒரு மௌனம்.

'தடாகத்துல தண்ணீ வந்துச்சா இசக்கி?'

'இல்ல. வரவே இல்ல. அதுக்கும் ரெண்டு வருசத்துக்கு அப்புறம்

ஒரு வெள்ளம். அஞ்சு நாள் விடாம மழை. அப்பத்தான் தண்ணீ நிறைஞ்சுச்சு. பலி கொடுத்ததுனால தான் இதுவாவது பெஞ்சுதுன்னு எல்லாரும் சமாதானம் சொல்லிக்கிட்டாங்க. மனுசனோட நாக்கு இருக்கே வெஷம். அத நான் எப்படித் தாங்கியிருப்பேன் இதெல்லாம். மலருக்காகத்தான். அப்பப்ப அந்தத் தடாகம் கரை மேல ஏறிப் பரவி இந்த வீட்டுக்குள்ள வந்த மாதிரி இருக்கும். சில சமயம், எங்க வீடு கரையிறங்கித் தடாகத்துல மூழ்கிப் போன மாதிரி இருக்கும். அவ்வளவு தான் கத'.

மறு நாள் காலை, மலர் பல்துலக்கிக் கொண்டிருக்கும் போதே வந்துவிட்டான் பிரபா. கண்ணுக்குக் கண் பார்க்காமல் நேரே இசக்கியின் அறைக்குச் சென்றான். அவள் இன்னும் எழுந்திருக்கவில்லை. நேரே மலரிடம் வந்தான். 'தடாகம் வரைக்கும் போலாமா?', என்று கேட்டான். தடாகத்தை முழுவதுமாகத் தூர் வாரி முடித்திருந்தார்கள். 'ம்', என்று சொல்லிவிட்டுக் கிளம்பினாள். தடாகம், தூய்மையான மணல் பரப்பாக இருந்தது. தடாகத்தினூடே மற்ற சமயங்களில் நீர் நிரம்பியிருக்கும் அதன் வெளியினூடே ஏதும் பேசாமல் இருவரும் நடந்தார்கள். காலுக்கடியில் மண்ணில் புரண்ட ஒரு சிறிய எலும்புத்துண்டை எடுத்து மலரிடம் நீட்டினான் பிரபா. ஏனோ மலருக்கு அவள் அம்மாவைப் போலவே அவளும் பிரபாவும் நீருக்குள் வாழ்ந்து கொண்டிருக்கும் மனிதர்களைப் போலவே அந்தக் கணத்தில் தோன்றியது.

# 8. தையல்

**தை**யல் பள்ளியில் வந்து இறங்கிய புதிய தையல் இயந்திரங்களின் பொலிவை வைத்த கண் வாங்காமல் உள்வாங்கிக்கொண்டிருந்தாள் செண்பகம். ஜானு கண்கள் செண்பகத்தின் மீதே நிலைகுத்தி நின்றன. எல்லா இயந்திரங்களையும் இறக்கிவைத்துவிட்டு வந்து வியர்வை பொங்க அருகில் நின்ற பாண்டியின் இருப்பை உணராமல், செண்பகத்தையே பார்த்துக்கொண்டிருந்த ஜானு எங்கு பார்க்கிறான் என்று அவன் பார்வையைப் பாண்டி தொடர அந்தப்பக்கம் யாரும் இல்லாமல், ஜானு பாண்டியைப் பார்க்க அந்த இடத்தில் ஒரு நிலை பிறழ்ந்த உணர்வு நிலவியது. ஜானு, பாண்டியிடம் பேசிய பணத்தைக் கொடுத்துவிட்டு அருகில் இருந்த குழாயைத் திறந்து தண்ணீரைக் கையில் வாங்கி முகத்தில் அறைந்து தெளித்துக் கொண்டான். காமம் அந்த மதிய வெயிலிலும் தன் உடல் முழுக்கத் தீப்பிடித்தாற் போல எரிந்து கொண்டிருப்பதை நீரின் குளிரால் அணைக்க முயற்சித்தான். அணையவில்லை. தையல் பள்ளியின் கதவைத் தாழிட்டுப் பின்னிருந்தபடியே, செண்பகத்தின் முலைகள் மார்புடன் அழுந்த அணைத்தான். செண்பகம் அதற்காகத்தான் காத்திருந்தவள் போல் ஜானுவிடம் தன்னை ஒப்படைத்தாள்.

சில ஆண்டுகளாகவே, தையல் பள்ளி ஒன்றைத் தொடங்கிவிட வேண்டும் என்ற தீவிர உணர்வு செண்பகத்தின் இதயத்தைக் கவ்வியிருந்தது. அந்தப்பகுதியில் வயது வந்த பெண்கள் எவருமே பள்ளிக்குச் செல்வதில்லை. காரணங்கள் பல. அதில் ஒரு காரணம், குடும்பத்தின் செலவு பட்டியலில் பெண்களின் படிப்பு கடைசியாகக் கூட இடம்பெறுவதற்கு இடமில்லாமல் போய்விடுவது. இரண்டாவது, பெண்கள் காதல் கனவில் மயங்கி ஆழ்ந்து வாழ்வை அந்த வண்ணக்கலவையில் கரைத்துவிடுவது. செண்பகத்திற்கும் ஜானுவின் மீது கிறுக்குப் பிடித்த காதல் வந்தது. ஆனால், அதில் சுயநலம் இருந்தது. அவனிடம் முதலிலேயே ஒப்பந்தம் போட்டுக்கொண்டாள். தையல் பள்ளி வைக்கமுடிந்தால் தான் காதல் தொடரும் என்று அவனிடம் சத்தியம் வாங்கிக்கொண்டாள். ஐந்து இயந்திரங்களை விலை பேசி வாங்கிக்கொண்டு செண்பகம் புதிதாக வாடகைக்கு எடுத்திருந்த அந்தக் கட்டிடத்தில் இறக்கிய பின் தான் அவளைத் தொடும் வலிமை அவனிடம் பிறந்தது. அவளிடம் கேட்காமலேயே இயந்திரங்களை எல்லாம் ஒன்றாய் இறக்கி மிரளவைத்த கணத்திலேயே அவள் பின்னிருந்து அவளை இறுக்கிக்கொள்ள முடிந்தது. செண்பகம் வாழ்க்கையில் யாருமே இல்லை. அம்மா இன்னொருவருடன் உலகின் எந்த மூலையில் சென்று வசிக்கிறாள் என்று தெரியவில்லை. அப்பா அவள் ஐந்து வயது இருக்கும் போதே குடியில் அழிந்து இறந்து போனார். சூன்யமான வெளியில் தனியே நிற்கும் உணர்வு தான், செண்பகத்தினுடையது.

செண்பகத்திற்கு அவள் அம்மா வசந்தியை மிகவும் பிடிக்கும். அவளைத் தனியே விட்டு விட்டுப் போன பின்னும் அவள் அம்மாவின் மீது கருணை நிறையும். ஏன் என்று சொல்வதற்கில்லை. இந்த உலகிலேயே அதிக துயரத்தை உணரப் பிறந்தவள் போல் அடுக்கடுக்கான துயரங்களை அனுபவித்திருந்தவள் அவள் அம்மா வசந்தி தான் என்று அவள் இதயம் சொல்லிக்கொண்டே இருந்தது. . அத்தனைத் துயரங்களுக்கும் தான் தான் காரணம் என்ற உணர்வு மேலோங்கியதை அவளால் ஒரு பொழுதும் சமாதானப்படுத்த

முடிந்ததில்லை. அதை உணர்ந்தவள் போலவே வசந்தியும் ஒரு நாள் செண்பகத்தை விட்டுச் சென்றதும் செண்பகத்திற்கு வலியை விட ஆறுதல் தான் அதிகமானது. மூச்சு முட்டாத ஓர் உலகத்தில் விடுதலையாய்த் திரிந்த பருவ வனப்புடைய சிட்டுக்குருவி எனத்தன்னைத் தானே உருவகித்துக் கொண்டாள். நடையில் துள்ளலையும் சுமையற்ற சிறகடித்தலையும் சேர்த்துக்கொண்ட பருவ நாட்களாக இவை இருந்தன.

ஜானு, நீண்ட நேரம் முயங்கினான். தாகம் தீர, பல மணி நேரம் போல அந்தக் கலவி நீண்டது. வெறுந்தரையிலேயே புரண்டுப் புரண்டு அவளை கொஞ்சம் கொஞ்சமாகக் கொஞ்சித் தீர்த்தான். புடவையை அவசரமாக உரிய வில்லை. முகமெல்லாம் நீண்ட நேரம் முத்தம் கொடுத்து திமிறிய அவளைத் தரையுடன் அடக்கிய பின் உடை ஒவ்வொன்றாய்க் களைந்தான். மேலாடையை மெல்ல களைந்தான். ஒவ்வொரு உடைக்குள்ளும் ஓர் ரகசியம் ஒளிந்திருப்பது போல் கவனமாய்க் களைந்தான். தீண்டித்தீண்டி முத்தத்தை ஒவ்வோர் இடத்திலும் விதைப்பதில் ஒரு விவசாயியைப் போல் இருந்தான் ஜானு. ஜானு பார்ப்பதற்கு அழகன். கன்னங்கரேன்று வாளிப்பான உடல், சுருள் முடி, எடுப்பான மூக்கும் நெற்றியும், ஒளி மிதக்கும் கண்கள் என்று எவருக்கும் அவனைப் பார்த்த கணத்திலேயே பிடிக்கும். பக்கத்து வீட்டில் வசிக்கும் கங்கம்மாள் கிழவி கூட ஜானுவைக் கன்னத்தில் கிள்ளியோ, முதுகில் தடவியோ, கைகளைப் பற்றியோ ஏதோ உணர்வில் அவனைத் தொடுவதைத் தவிர்க்காமல் அவனுடன் பழகுவாள். சிலையின் திமிர்வை அவன் ஆணுடலில் உணரமுடியும்.

கங்கம்மாவிடம் தான் ஜானுவைத் திருமணம் செய்துகொள்ள விரும்புவதாய்ச் சொன்னதும், கங்கம்மா நீண்ட நேரம் மௌனமாய் யோசித்தாள். ‘கிழவி என்ன யோசிக்கிற?’, என்று கேட்டதும் ‘இதெல்லாம் சரி வராது’, என்று சட்டென வெளிப்படையாய்ச் சொன்னாள். கங்கம்மாள் என்ன உணர்ந்தாள் என்று வெளிப்படையாய்ச் சொல்லவே இல்லை. ‘என்ன செஞ்சா சரியா வரும்னு சொல்லு. பொறாமை உனக்கு’, என்று செண்பகம் சொன்னதும், கங்கம்மா சலனப்படவே

இல்லை. 'மொதல்ல உனக்கு நாலைஞ்சு மிஷின் வேணுமின்னு வாங்கிக்க. அப்புறமா கல்யாணம் பண்ணிக்க', என்று சொன்னதும் செண்பகம் அதில் இருக்கும் பொறியை உணரவிரும்பியவள் போல் அன்று இரவு முழுவதும் யோசித்தாள். ஏற்கெனவே அனுபவித்திருந்த காமத்தின் பாய்ச்சலால் உணர்வுகள் எல்லாம் அடங்கிப்போய் கனத்த பாம்பினைப் போல் அவள் அசைந்து நெளிந்தவாறே படுக்கையில் கிடந்தாள்.

ஜானுவிடம் தனக்கு ஐந்து தையல் இயந்திரங்கள் வேண்டும் என்று சொன்னதும், கொஞ்சம் கூடத் தடுமாறாமல், சரி என்று சொன்னதுடன், இயந்திரங்களுக்குப் பின் தான் எல்லாம் என்று சொன்னதும் சிறிய மௌனத்திற்குப் பின் சரி என்று சொன்னான். செண்பகத்திற்கு ஜானுவின் உடல் தினமும் வேண்டும் என்பதாய் இருந்தது. தன் வீட்டில் சந்தித்தால், கங்கம்மா எந்த நேரமும் கதவைத்தட்டுவாள் என்று எண்ணி, அவனைத் தினமும் தையல் பள்ளியில் சந்தித்தாள். தையல் பள்ளிக்கு வரும் பெண்கள் வீட்டிற்குச் செல்லக் காத்திருந்து யாருக்கும் தெரியாமல் நுழையும் அவனை மூர்க்கமாக இழுத்து அணைத்துக் கொண்டு முயங்குவதில் வேட்கை நிறைந்திருந்தது. தொடர்ந்த கலவியில் அவள் உலகம் கனவில் மிதக்கும் ஊதிய பலூன் போல் இருந்தாள். தொடர்ந்த காம நுகர்வினிடையே ஒரு நாள் கருத்தரித்ததாய் உணர்ந்த அன்று தான் பதறிப்போய் கங்கம்மாவின் முன் அவனை வரச்சொல்லி, கங்கம்மாவின் கையால் ஒரு தாலியை எடுத்துக் கொடுக்கச் சொல்லிக் கட்டிக்கொண்டு அவனை வீட்டிற்குள் அழைத்துக் கொண்டாள்.

கொஞ்சமும் பிசிறு இல்லாத ஓர் ஆடையாய் நெய்யப்பட்டிருந்ததைப் போல அவள் வாழ்க்கையை ஆக்கிக்கொண்டதாய் மகிழ்ந்திருந்தாள். புதிய நகைகள் வியர்க்கத்தொடங்கியதும் கசகசப்பது போன்று உணரத்தொடங்கியதைத் தானே புறக்கணித்து வந்தாள். தரையிலேயே மிதவையைப் போல வாழ்ந்து கொண்டிருந்த அவளைக் கனமான பொருளாக மாற்றியது காலம் தான்.

ஆனால், நீண்ட காலம் தான். எல்லா வகையிலும் ஜானுவுடன் நெருக்கமாகிப் போன செண்பகத்திற்கு ஜானுவிடம் பிடிக்காதது என்பது, உணவு முறையில் அவன் காட்டும் கண்டிப்பு தான். தட்டில் இருக்கவேண்டியதாய் அவன் நினைக்கும் அத்தனை விடயங்களும் அங்கே இருக்கவேண்டும். தயிர், ஊறுகாய், அதிலும் இறால் ஊறுகாய், மாட்டுக்கறி உப்புக்கண்டம், வறுத்த கோழிக்கறி, ரசம் என ஒரு தட்டே நிறைந்திருக்கவேண்டும். கடித்துக்கொள்ள புலால் ஒரு நாள் இல்லையென்றாலும் மூர்க்கமான கோபம் தலைக்கேறி அப்படியே எழுந்து சென்று விடுவதும், இல்லை கோபத்தை ஏதேதோ வழிகளில் எல்லாம் தொடர்ந்து வெளிப்படுத்துவதும் என வாழ்ந்தான். செண்பகத்திற்கு எரிச்சலாக இருக்கும். என்ன தான் காதலின் பாற்பட்டு அவனைப் புரிந்துகொண்டு கையாள முடிந்தாலும், 'இது என்ன, ஒரு வேளை இறைச்சி இல்லேன்னா, சாப்பிடலேன்னா என்னாவாயிடுமாம். ரொம்ப ஓவரு', என்று கங்கம்மாவிடம் புலம்பினாள். 'மொதல்ல குழந்தைய பெத்து எடு', என்று பேச்சை மாற்றினாள் கங்கம்மா. செண்பகம் மூச்சடக்கியதைப் போலத் திணறினாள்.

சென்னையின் நீண்ட மழைக்காலம் வந்தது. எங்கேயோ வேலைக்குச் சென்ற ஜானு சில நாட்கள் திரும்பவே இல்லை. ஃபோனில் அழைத்த போது உடனே எடுத்தான். 'வர முடியாது, செம்பகம். மதுரை வர ஆர்டர் எடுத்துருக்கேன். கொண்டு போய்ச் சேத்துட்டு வரேன்', என்றான். அவன் கிளம்பிச் சென்ற மறு நாளே பிரசவ வலி எடுத்து, கங்கம்மா தான் தெருமுனைக்கு ஓடிச்சென்று ஆட்டோ பிடித்துவந்து மாநகராட்சி மருத்துவமனைக்கு அழைத்துச் சென்று பிரசவம் பார்த்தாள். ஆண் குழந்தை. ஏனோ செண்பகத்தின் முகத்தில் தீவிர கவலை கூடியது. கங்கம்மா என்ன என்னவென்று கேட்டபோது, செண்பகம், 'பொம்பளப் புள்ள வேணும்னு நெனைச்சேன், கிழவி. என் அம்மா மாதிரி ஒரு பொண்ணு தான வேணும்'. கங்கம்மாவும் ஜானுவைப் பற்றிக் கேட்க வில்லை, செண்பகமும் ஜானுவைப் பற்றி எதுவும் பேசிக்கொள்ளவில்லை. இம்மாதிரியான நேரங்களிலும் புலன்களின் உணர்வு ஒன்று

கூடி மனதில் பொறி தட்டிவிடும். வாழ்வில் கூட்டி வைத்திருந்த உணர்வுகளின் எல்லா ஒழுங்கும் கலைந்து கொண்டிருந்தது. சில நாட்கள் செண்பகம் ஜானுவை அழைக்கவே இல்லை. ஜானுவும் செண்பகத்தை அழைக்கவில்லை. இறுக்கம் திமிறிக்கொண்டே இருந்தது.

காதலின் வழியாக ஒருவருக்கொருவர் உடலை, மனதைக் கண்டறிந்த வாழ்க்கை அல்லவா. செண்பகத்திற்கு ஜானு திரும்பி வரவே வேண்டாம் என்று தோன்றியது. இவ்வளவு காலம் தனியாகத்தானே வாழ்ந்தோம். இப்பொழுது நிழலாய் ஒரு குழந்தை வந்துவிட்டது. பிறகென்ன. குழந்தை விளக்கைப் போல் இருந்தது. எங்கே எந்தத் திசையில் குழந்தை நகர்ந்தாலும் படுத்திருந்தாலும் மனதிற்கு வெளிச்சம் போல எரிந்தது. செண்பகம் தன் வாழ்வின் போக்கும் இசைவும் மாறிவிட்டதை பலமுறை தனக்குத் தானே யோசித்து உறுதிசெய்துகொண்டாள். செண்பகம் மருத்துவமனையில் இருந்து வீடு திரும்பிய மூன்றாம் நாள், ஜானு முகம் முழுக்க நிறைந்திருந்த கருத்த களைப்புடன் வீட்டிற்குள் வந்தான். இருவரும் ஒருவருக்கொருவர் பெரிதாய் எதுவும் பேசிக்கொள்ளவில்லை. குழந்தையைப் பார்த்ததும் அதிர்ச்சியுற்றது போல் காட்டிக்கொண்டான். ‘ஏன் சொல்லவே இல்லை’, என்று கேட்ட ஜானுவிற்குச் செண்பகம் பதில் சொல்லவில்லை. குளியலறையில் கெய்சரைப் போட்டு நீண்ட நேரம் வெந்நீரில் குளித்து வந்தவன், பாட்டிலிருந்து விஸ்கியை இளம் வெந்நீரில் கலந்து குடித்துவிட்டு குப்புறப்படுத்து உறங்கிப் போனான். குழந்தையைக் கையில் எடுக்கவே இல்லை. மறு நாள், தன் வீட்டில் அமர்ந்து அரைக்கீரையை ஆய்ந்துகொண்டிருந்த கங்கம்மாவிடம், ஜானுவிடம் நிகழ்ந்திருந்த மாற்றத்தைப் பொறுமையாகச் சொன்னாள் செண்பகம். ‘போனான்னா விட்டுடு, செண்பகம்’, என்றாள் கங்கம்மா. அந்த ஒரு நாள் வீட்டிற்கு வந்தது கூட ஏன் எனப் பின்பு தான் புரிந்தது. வீட்டில் இருந்த அவனுடைய அடையாள ஆதாரங்கள் எல்லாவற்றையும் எடுத்துச் செல்லவும் மீண்டும் இந்த வீட்டிற்குத் திரும்பும் சூழல் தனக்கு வரவேண்டியிருக்கக் கூடாது என்ற எண்ணத்திலும் தான் அவன் வந்திருந்தான் என்பதை பீரோவில் அவனுடைய

எந்த அடையாளமும் வைக்காது சென்றிருப்பதன் சூழ்ச்சியை உணர்ந்த ஒரு நாள் தான் அவள் நெஞ்சம் வெடித்தது.

'என்ன சொல்ற கிழவி?', என்று தரையில் மலர மலரப் புன்னகையுடன் காற்றில் கைகளையும் கால்களையும் வீசிச் சிரித்திருக்கும் மகனைப் பார்த்தபடிக் கேட்டாள் செண்பகம். கங்கம்மா அலட்டிக்கொள்ளாமல் சொன்னாள். 'அவன ரெண்டு மாசத்துக்கு முன்னாடியே வேற ஒரு பொண்ணோட சந்தையில பாத்தேன். வேற பொண்ணு இல்ல. என் தங்கச்சி வீட்டுப் பக்கத்துல இருக்கிற மார்வாடிப் பொண்ணோடப் பாத்தேன். முன்னாடியே அவனை எனக்குப் பிடிக்கல. கருவ வாங்கிட்டு வந்துட்டியேன்னு தான் தாலி எடுத்துக் கொடுத்தேன்', செண்பகம் இடிந்தது போல் அருகில் வந்து அமர்ந்தாள். கிழவியின் கவனம் எல்லாம் கீரையைச் சுத்தமாக ஆய்ந்து கொடுப்பதிலேயே இருந்தது. ஆனால், நிறைய பேசினாள். 'அவன் உன்கூட இருக்கமாட்டான் செண்பகம். அழகான இந்த வாழ்க்கைய கெடுத்து அத அலங்கோலமாக்கித் தன் வாழ்க்கையையும் சிதைச்சுக்கிட்டாத்தான் ஓய்வான்', என்று முடிக்கும் போது செண்பகத்தின் கண்களிலிருந்து கண்ணீர் கொட்டிக்கொண்டிருந்தது. முன்பெல்லாம் கிழவி அவ்வப்பொழுது குறி சொல்வாள். முழுநேரம் குறிசொல்லிக்கொண்டிருந்த அவளின் மகள் விபத்தில் இறந்ததிலிருந்து அதிலெல்லாம் நம்பிக்கை இழந்தவள் ஆனாள். ஓரளவிற்கு மனம் தேறிவிட்டாலும், தான் பிழைக்குறி செய்தவள் என்ற எண்ணம் அவள் மனதில் நிலைத்தது.

அன்று இரவு வந்ததும் குழந்தையைக் கிழவியிடம் விட்டுவிட்டு, ஜானுவைத் தேடிப் போனாள் செண்பகம். தென் சென்னையின் எல்லைப் பகுதியில் ஒரு பெரிய கட்டிட ஒப்பந்த வேலையை எடுத்திருந்ததால் அங்கேயே தங்கிக்கொண்டிருக்கிறான் என்று கேள்வியுற்று அங்கே சென்று யார் கண்ணிலும் படாமல் ஜானுவின் நடவடிக்கைகளை ஆராய்ந்தாள். அவன் முழுவதுமாய்க் கட்டிமுடிக்காத இரண்டு அறைகள் உள்ள தரைத்தள அறைகளில் வசித்துவந்தான். இப்பொழுது ஊதிப்பெருத்திருந்தான். பண வாளிப்பு அவன் அங்கங்களில்

தெரிந்தது. இருளில் மறைந்து காத்திருந்து அவன் வெளியே வரப் பார்த்திருந்து பெருமூச்சு விட்டு விட்டு நகர்ந்தாள். சுற்றிலும் யாருமில்லை என்று ஆறுதலாய் அவள் நகர்ந்த போது தான் கவனித்தாள். சித்தாள் போல் இருந்த ஒரு பெண் அவன் அறைக்கதவைத் தட்டி அவன் உள்ளிருந்து கதவைத் திறந்ததும் அவளும் உள்ளே சென்றாள். செண்பகம், மாரில் அடித்துக் கொண்டு சத்தமில்லாமல் அழுதுவிட்டு வந்து விடிந்து விடியாததுமாய் ஜானுவின் அம்மாவிடம் சென்று சொன்னாள். கடலினை ஒட்டிய அரசுக் குடியிருப்பில் வசித்து வந்த ஜானுவின் தாயாருக்குக் கண்கள் மங்கலான கடைசி காலம். ஏதும் பேசாமல் கேட்டிருந்து விட்டு, ‘நீதான தேடிக்கிட்ட. வாழ்ந்து முடி’, என்று சபித்தாள். வழக்கத்திற்கு மாறாக, தங்களை விடத்தாழ்வான ஒரு சாதி என்பதை அவள் குத்திப்பேசாமல் விட்டது ஆச்சரியமாக இருந்தது. ஜானுவின் அம்மாவிற்குச் சாப்பாடு கொண்டு வந்த ஜானுவின் அக்கா சுமதி, ‘மொதல்ல வெளிய போ. அவனுக்கு எங்க நிம்மதி கிடைக்குதோ அங்க போயிட்டுப் போறான். மொதல்ல வீட்ட விட்டு வெளிய போ’, என்று கதவுகளை முகத்தில் அறைவது போல் சாத்தி வீட்டை விட்டு விரட்டினாள்.

மகனின் நினைவு தன்னுடைய முலைகளைப் பற்ற ஓடோடி விட்டிற்கு வந்து குழந்தைக்குப் பாலூட்டிய அவள் முலைகள் கங்குகளாய் எரிந்தன. செண்பகத்தின் இனிய தையல் பள்ளி வகுப்புகள் எல்லாம் கனவாய்க் கலைந்தன. அவளால் தையல் வகுப்பில் கவனம் செலுத்தமுடியவில்லை. ஒரு பக்கம் குழந்தை, இன்னொரு பக்கம் ஜானுவின் விலகல். புரியாத புதிராக இருந்தது. சில முறை அவனைக் கோபித்துக்கொண்டிருக்கிறாள். உண்மை தான். அதற்காக இப்படியா உயிருக்குயிராய்த் தான் நேசித்ததை எப்படி அவனால் உதறியெறிய முடிந்தது. தையலில் எல்லா வகையான முறைகளையும் கற்றிருந்தாள் செண்பகம். அப்படிக் கற்றிருந்ததால் தன் வாழ்வின் கிழிந்திருந்த பகுதிகளை எல்லாம் ஒவ்வொன்றாய் அழகுறத் தைத்துக்கொள்ள முடிந்தது என்று நம்பினாள். அவளுக்கு மேலே விரிந்திருந்த வானத்தில் தோன்றிய கிழிசலை தானே அண்ணாந்து நின்று பெரிய கோணி

ஊசியால் தைப்பது போன்ற கனவு அடிக்கடி தோன்றும். அப்படி அவள் தைத்து முடித்த தினங்களில் எல்லாம் வானம் இருண்டு மழை பொழிந்தது போலவும் ஓர் அழகிய அனுபவம் தொடர்ந்து நிகழ்ந்து கொண்டே இருந்தது. இப்பொழுது அவள் வீட்டின் மீது வானம் இல்லை. எப்பொழுதும் இருளடர்ந்து இருந்தது.

அவள் வீடு இருந்த பகுதியை எல்லாம் காலி செய்யச் சொல்லி அரசாங்கம் உத்தரவிட்டது. செண்பகத்திற்கு அந்தப்பகுதியை விட்டுக் கிளம்பிச் செல்ல மனமே இல்லை. செல்வதென்றால் கங்கம்மாவையும் அழைத்துக்கொண்டு தான் செல்லவேண்டும் வளர்ந்து தன் தோள் உயரம் தொட்டிருந்த தன் மகன் சரவணனிடம் சொன்னாள். ‘அதுக்கென்னம்மா. நமக்கு வேற யாரு இருக்கா’, என்று சொல்லி விட்டுப் பொருள்களையெல்லாம் சிறிய தட்டுவண்டியில் ஏற்றினான். அவர்களிடம் அந்த வண்டி அளவிற்கே பொருள்கள் இருந்தன. தான் மட்டும் சென்று பொருள்களை எல்லாம் இறக்கிவிட்டு வந்து செண்பகத்தையும் கிழவியையும் அழைத்துச் செல்வதாகச் சொன்ன சரவணன், சென்ற வேகத்திலேயே பொருட்களை எல்லாம் இறக்காமல் பழைய வீடு இருந்த பகுதிக்கே திரும்பினான். அவர்களுக்கு வீடு ஒதுக்கப்பட்டிருந்த அதே தெருவிலேயே அவனுடைய அப்பாவிற்கும் வீடு ஒதுக்கப்பட்டிருந்ததைத் தெரிந்துகொண்டவன் அந்த இடம் தனக்கு வேண்டாம் என்று திரும்பிவிட்டான். ‘ஏன், ஏன்?’, என்று ஆயிரம் முறைகள் துளைத்துக்கேட்ட அம்மாவிடம், ‘அந்த ஆளு மூஞ்சத் தினமும் பாத்துக்கிட்டே வாழ உன்னால முடியுமாம்மா’, என்று கேட்டான். சில தெருக்கள் தள்ளி இருந்த ஒரு பழைய வீட்டைத் தூய்மை செய்து தற்காலிகமாகக் குடியேறிக் கொண்டனர் மூவரும். கங்கம்மா கிழவி இன்று நாளை என்று உயிர் பிரிய இழுத்துக்கொண்டிருக்க, செண்பகத்தின் உடலும் மனமும் சோர்வுற்றுக்கொண்டிருந்த ஒரு நாள், சரவணன் தையல் தொழிலை முழுவதுமாகத் தன் கையில் எடுத்துக் கொண்டான். வெறி பிடித்தவன் போல உழைத்தான். சுற்று வட்டாரத்தில் இருந்த பெண்களின் உடைகள் எல்லாம் அவன்

விரல்கள் வழியாக முழுமை பெற்று அவர்கள் உடலுக்குச் சென்று ஏறின. தொடர்ந்து உழைத்தவனின் முகத்தில் சூரிய ஒளி பிரகாசித்ததை உணர்ந்த செண்பகத்திற்கு புதிய தெம்பு தோன்றியது. அவனுக்கு உடன் ஒத்துழைத்து துணிகளின் அளவு வெட்டிக்கொடுத்தாள். செண்பகம், வாழ்வின் சுருக்கங்கள் அடர்ந்திருந்த தன் வயதினை நீவிவிட்டு மீண்டும் தைக்கத் தொடங்கினாள். வாழ்க்கை ஓர் அன்றாடத் தையலின் தொடர்ச்சிக்கு இணங்கி ஊசியைத் தன் மீது ஏற்றி ஓட அனுமதித்தது.

ஒரு நாள் அதிகாலை எழுந்து மார்கழி கோலம் இட்ட வாசலின் எதிரே வந்து ஜானு நின்று கொண்டிருந்ததை, கோலம் போட்டு முடித்த பின்பு தான் உணர்ந்தாள் செண்பகம். ஜானு அவளையே பார்த்துக் கொண்டிருந்தான். எலும்புகள் துருத்திக்கொண்டிருந்தன. ஏதோ தனக்குச் சம்பந்தமில்லாத ஓர் ஆள் போல அங்கே நின்றான். ‘செண்பகம், அந்த திண்ணை ஓரத்துல கிடந்துக்குறேம்மா’, என்று ஒரே முறை அங்கே யாரும் வரும் முன்பு அவளிடம் கெஞ்சி விட வேண்டும் என்று அவசரத்தில் அவளிடம் கெஞ்சியது போல் இருந்தது. செண்பகத்திற்கு நெஞ்சம் குமுறிக்கொண்டு வந்தது. கொதிக்கும் வெந்நீரை அவன் முகத்தில் வீசவேண்டும் போல் இருந்தது. சரவணன் கண்களில் பட்டால் என்னாகுமோ என்ற கவலையும் மனதில் ஏறிக்கொண்டது. இப்பொழுது தான் அவன் ஒரு மனிதனாய் முளைத்து வருகிறான், அவன் மனதைக் கெடுத்துவிடக்கூடாதே என்ற எச்சரிக்கை சூழந்தது. சரவணன் எழுந்து வந்து முகம் கழுவி, சரியாக தையல் இயந்திரத்தில் அமரும் முன் எதிரே ஜானுவைப் பார்த்தான். அப்பொழுது செண்பகம், சத்தமாக ஜானுவை மறைமுகமாகத் திட்டத்தொடங்கினாள். ‘எங்கேயிருந்து வந்து வாசல்ல நிக்குதுங்களோ இந்தப் பொறுக்கிங்க. கிழிஞ்சத எத்தன தடவ தச்சாலும் திரும்பத் திரும்பக் கிழியுது இல்லடா இந்தத் துணி. இதத் தூக்கி எறிடா’, என்று ஏதோ துணியைக்கொண்டு வந்து கொடுத்துவிட்டுப் போனாள். சரவணனுக்கு எல்லாம் புரிந்தது. செண்பகத்தின் மனக்கிழிசல்களின் இழிவுகள் அடங்கும் வரை

பேசாமல் தன் பணியைத் தொடர்ந்துகொண்டிருந்தான். மூன்றாவது நாள் எழுந்து வாசலுக்கு வந்த போது ஜானு அங்கே இல்லை. சரவணனுக்கு என்னவோ போல் இருந்தது. செண்பகம் குளியலறையில் சென்று அழுதுத் தீர்த்துக் கொண்டாள். ஜானுவுக்காக அல்ல, தன்னிடம் தீர்ந்து போயிருந்த காதலுக்காக. பனிமூட்டம் நிறைந்திருந்த வாசலில் அன்றும் வழக்கம் போல ஒரு கோலத்தைப் போட்டுவிட்டு வந்து, சரவணன் இயக்கத் தொடங்கியிருந்த இயந்திரத்தின் முன் வந்து அமர்ந்தாள். தையல் இயந்திரத்தின் சக்கரங்கள் சுழலத்தொடங்க, கங்கம்மா கிழவி அன்று காலையில் எழுந்திருக்கவே இல்லை.

# 9. உயிர் வளர்த்தவள்

அருளியை நான் எப்பொழுதாவது அதிகக் கோபத்துடன் இந்நாட்களில் நினைத்துக் கொள்வதுண்டு. இடைப்பட்ட காலத்தில் அவளுடன் நான் பல ஆண்டுகள் பேசாமல் இருந்தது இன்று நினைவிற்கு வருகிறது. ஏன் பேசாமல் இருந்தேன் என்று யோசிக்கையில், அவள் அம்மா வசந்தி என் மீது கொண்டிருந்த கோபம் தான் காரணம். நான் எப்பொழுதும் கடன் கேட்டு அருளி முன் சென்று நிற்பதை அவள் அம்மா இழிவாகப் பார்த்தாள். எனக்கு அது ஒரு கடினமான காலம். ஒரு நூறு ரூபாய்க்கே நான் மிகவும் சிரமப்படவேண்டியிருந்தது. அருளி, நீங்கள் எங்குமே கண்டிராத கொடையாளி. அவள் ஈகையை நான் வேறெவரிடமும் இன்று வரை கண்டதில்லை. கொடுத்துக்கொண்டேயிருப்பாள். அவள் உண்ணும் உணவைக் கூட அருகில் இருக்கும் என்னிடம் ஊட்டிவிட்டுத்தான் சாப்பிட விரும்புவாள். எனக்கு அந்த ஒரு வாயை வாங்கிக்கொள்ளும் மனநிலை அந்த நிமிடம் இல்லாததால் அவள் செயல் எரிச்சலூட்டுவதாக இருக்கும். பல சமயங்களில் பொறுத்துக்கொண்டு என் வாயில் வாங்கிக்கொள்வேன். சில சமயங்களில் அந்த அன்பு மனதிற்கு அவ்வளவு இதமாக இருக்கும். வீட்டு வாடகை, அன்றாட உணவு என வெவ்வேறு

வகைகளில் என்னால் வாழ்கையைச் சமாளிக்கமுடியாத ஒரு கட்டம் அழுத்திக் கொண்டு இருந்தது. அதை விட முக்கியமான விடயம், என் காதலன் அப்பொழுது தான் தன் ஊரான தஞ்சாவூரிலிருந்து சென்னைக்கு நகர்ந்திருந்தான். ஆண்கள் விடுதியில் அவன் தங்கிக்கொண்டாலும் அவனுடன் உணர்வு ரீதியான சிக்கல்கள் எழுந்து கொண்டே இருந்தன. சிராய்ப்பு கொண்டது போல் இடைவிடாத எரிச்சல்.

அம்மாதிரியான ஒரு நாளில் அருளியைத் தேடி அவள் வீட்டிற்குச் சென்றிருந்தேன். அவள் அம்மா தான் கதவைத் திறந்தாள். கழுத்தில் சதைகளின் மடிப்புகளில் வீழ்ந்து கிடந்த நகைகளுடன் கோயிலின் அம்மன் சிலையைப் போல் இருந்தாள். ‘அருளி இருக்காளா”

“வெளிய போயிருக்கா. அப்புறம் வா”, என்று சொல்லும் போதே அருளி குளியலறையிலிருந்து தலையின் ஈரமுடியைத் துடைக்கும் செயலுடன் வெளிப்பட்டாள்.

‘வா நங்கை. உள்ள வா”, என்றாள். வசந்தி முணுமுணுத்தாள். ‘தரித்திரம், பிச்சை, கடன்காரி’, ஏதேதோ சொற்கள் அடிபட்டன. நான் உள்ளே சென்றதும், ‘வா நம்ம வெளிய போகலாம். ஒரு நிமிசத்துல கிளம்பிருவேன். சாப்பிட்டியா. பாரு, இதில மூலிகைக் கஞ்சி. செமயா இருக்கும். ரெண்டா பிரிச்சிரு. நாம ரெண்டு பேரும் சாப்பிட்டுக்கலாம்’, என்றாள். நான் சூழலைக் கவனிக்கவில்லை. அவ்வளவு பசி. மூலிகைக்கஞ்சியில் பாதி ஊற்றிக் குடித்துவிட்டு அருளிக்குப் பாதியை வைத்தேன். அருளியும் உடனே எடுத்துக் குடித்தாள். இருவருமாய் வெளியே வந்தோம். சுள்ளென்று வெயில். ‘எங்க போகலாம்?’, என்று கேட்டாள். ‘என்ன ஆச்சு அருளி?’, பதற்றத்துடன் கேட்டேன். அருளியின் முகத்தில் வியர்வை. சில ஈக்கள் வந்து உட்கார்ந்தது கொண்டது போல முகச்சுளிப்பு. ஆட்டோவில் ஏறி ஒரு பெரிய வணிக வளாகத்திற்குள் இருக்கும் காபி கடைக்குள் சென்று அமர்ந்தோம்.

‘வில்லியத்தை வரச்சொல்லியிருக்கிறேன். அவனக் கல்யாணம் பண்ணிக்கலாம்னு இருக்கேன். எங்க வீட்ல சம்மதிக்க

மாட்டாங்க. அவங்க வீட்ல வேறு மதத்து பொண்ணுல்லாம் ஒத்துவராதுன்னு சொல்லிட்டாங்களாம். இருந்தாலும் நாங்க ரெண்டு பேரும் கல்யாணம் பண்ணிக்கலாம்னு இருக்கோம். நீ என் கூட இருக்கனும். இருப்பேல்ல?'

வேகவேகமாகச் சொல்லிமுடித்தாள். 'என்னைக்கு?', என்று கேட்டேன். 'நாளைக்குத்தான். அப்பாக்கிட்ட சுபமுகூர்த்தம் என்னைக்குன்னு கேட்டேன். நாளைக்கு ஒரு அற்புதமான நாளுன்னு சொன்னார்.' அருளியின் முகத்தில் ஒரு தீவிரம் இருந்தது.

'என்ன யோசிக்கிற? உனக்குச் சம்மதமில்லையா? அப்ப நீ வரமாட்ட?', என்று கேட்டாள். 'நான் வரேன், அருளி. நீ எங்கக் கூப்பிட்டாலும் நான் வருவேன்னு உனக்குத் தெரியுமில்ல.', நிதானமாய் அவள் மனதில் பதிய வேண்டுமெனச் சொன்னேன். 'அப்ப ஏன் உன் முகத்துல இத்தன ஈ', என்றாள். 'என் முகத்தில விட உன் முகத்துல தான் அத்தன ஈயும்', என்று சொல்லவும் சிரித்துவிட்டாள். கல்லூரி பருவத்திலிருந்தே ஒருவர் துயரத்தை இன்னொருவர் நீக்க, எதிரில் ஒருவருக்கொருவர் முகத்தில் இருக்கும் ஈக்களை எண்ணிச் சொல்வோம். நாங்கள் அந்த அளவிற்கு ஒருவரையொருவர் பிணைந்திருந்தோம். ஈ ஒன்று, இன்று காலையில் அப்பா திட்டினார், ஈ 2 வில்லியமுடன் சண்டை, ஈ 3 டைகருக்கு உடல் நலமில்லை என்று ஒவ்வொரு ஈக்கான காரணங்களையும் சொல்லிக்கொண்டே வருவாள். கல்லூரி காலத்தில் என் முகத்தில் ஒரே ஈ தான் இருந்தது. அது தயாவின் நீண்ட நெடிய எண்ணங்கள் வளர்த்தெடுத்து என் முகத்தின் வலது புருவத்தில் வந்தமர்ந்த ஈ. அருளி அந்த ஒற்றை ஈக்காக என்னை அவ்வளவு கிண்டலடிப்பாள்.

'சொல்லு சொல்லு, நாளைக்கு அதிகாலையில ஆறுமணிக்கு குன்றத்தூர்ல இருக்கனும். வருவியா மாட்டியா"

'கல்யாணமே வேண்டாம். பண்ணிக்கமாட்டேன்னு சொல்லுவ. அவ்வளவு விரதம் இருப்ப. அதான்', என்ற என் கண்களைக் கூர்ந்து பார்த்தாள்.

ஆமாம் என்பதாய்த் தலையசைத்துவிட்டு எங்கோ தொலைதூரத்தில் தன் மனக்காட்சிகளையே பார்த்துக்கொண்டிருந்ததைப் போல பார்த்தாள். அருளியின் மனம் எங்கும் ஆன்மீக விதைகளை பக்தி என்று விதைவிதை என்று விதைத்திருந்தார் அவளுடைய அப்பா. தேவாரம் திருவாசகம் எல்லாம் மனப்பாடம். ரசித்து ரசித்து ஒவ்வொரு வரியையும் உணர்ந்து வைத்திருந்தாள். அழகாகப் பாடவும் செய்வாள்.

திடமான உதடுகள், தெளிவான கண்கள். எடுப்பான நாசி, அடர்த்தியான முடி என்று அவள் பெண்களின் அத்தனை அருமைகளையும் ஒரு சேரத் தன்னகத்தே கொண்டிருப்பாள். என்றாலும் நிறைய மூட வழக்கங்களில் ஊறிப் போயிருந்தாள். அவளால் விரதமே இருக்கமுடியாது. அந்த அளவிற்கு உணவின் மீது பெருயீர்ப்பு கொண்டு இருப்பாள். விடுதியின் சாதாரண ஒரு தோசையின் துண்டினை விண்டெடுத்து அந்த தண்ணீர்ச்சாம்பாரில் முக்கி எடுத்து உண்பதையே பேருவகையுடன் செய்வாள். அவள் அப்பா மாதம் ஒரு கடிதம் அனுப்புவார். இந்தந்த நாட்களில் இப்படியிப்படியான விரதங்கள் இருக்கவேண்டும் என்று எழுதி அனுப்புவார். பெரும்பாலும் அவளுடைய அப்பாவின் கடிதங்களை நான் தான் அவளுக்கு வாசித்துக் காட்டுவேன். மனதிலேயே குறிப்புகளை எடுத்துவைத்துக்கொள்வாள்.

‘இந்த விரதமெல்லாம் நான் ஏன் இருக்கேன்னு சொல்லு?’ என்று ஒரு நாள் கேட்டாள்.

‘எதற்காம். அநாவசியம்’

‘என் பாலுணர்வுகளைக் கட்டுப்படுத்தத்தான் நங்கை. எனக்கு அளவுக்கதிகமா இருக்கிறதா தோனுது.’

‘அதப்பத்தி என்ன. நம்ம எல்லாருக்கும் தான் அப்படி இருக்கு. செக்ஷுவல் ஃபீலிங்க்ச கட்டுப்படுத்தத் தான நாம ரெண்டு பேரும் யோகா கிளாஸ் போறோம்’

‘அது போதல. என் அப்பாக்கிட்ட சொன்னேன். அவரு இந்த

விரதம் இரு. சரியாயிடும்னு சொன்னார். அது மட்டுமில்ல. எனக்கு ஆம்பிளை மேல ஆசை ஏற்பட்டா என் வாழ்க்கைக்கே ஆபத்துன்னு அப்பா சொல்றாரு'.

அருளியின் அப்பா சோதிடர். வீட்டு வாசலில் சோதிடர் என்று பலகை மாட்டிச் சொல்பவர் அல்ல. என்றாலும், அவரைத் தேடி வருபவர்களும் உண்டு. அப்பொழுது நானும் நிறைய சித்தர் நூல்கள், பாடல்கள், விளக்கங்களை அறிந்துகொண்டிருந்தேன். பகுத்தறிவு என்று சொல்லுக்கும் சித்தர் பாடல்களுக்கும் இடையிலான உறவு, வேற்றுமைகளைத் தீவிரமாக ஆராய்ந்து கொண்டிருந்தேன். அருளியை அவருடைய அப்பா வாசன் கொடுமை செய்வதாகத் தோன்றியது. 'போடி போக்கத்தவளே. நீ கல்யாணம் செஞ்சுக்கப் போறதில்லன்னு முடிவெடு. என்னோட எல்லா ஓட்டும் உனக்குத்தான். உடலை வருத்திக்காத. ப்ளீஸ்', என்றேன்.

அருளி திருமணம் செய்துகொள்ள விரும்புவதற்கான காரணத்தைச் சொன்னாள். வில்லியம் வருவதற்கு முன் அந்தக் காரணத்தை நான் அறிந்துகொள்ளவேண்டும் என்ற வேகம் அவள் விவரிப்பில் இருந்தது. 'குழந்தை ஒன்னு பெத்துக்கனும். பெண்ணோ, ஆணோ. அதுக்கு என்னோட ஆன்மீக அறிவ மொத்தமாகக் கொடுத்துட்டுப் போகனும்னு நினைக்கிறேன். இன்னொரு காரணம், குழந்தை பெற்றுக்கொள்ளும் அனுபவமும் எனக்கு வேண்டும்', என்று சொன்னாள். அதற்கு, அருளிக்கு வில்லியம் சரியான ஆண் இல்லை என்று என் மனதில் தோன்றியதை அவளிடம் சொல்லவில்லை. அவளுக்கே அவனைப் பற்றித் தெரியும். அழுத்தம் கொடுக்கலாம் என்றால், நினைவூட்டலாம் என்றால் சரியாக அப்பொழுது வில்லியம் காபி ஷாப்பிற்குள் நுழைந்தான். என்னைப் பார்த்ததும் புன்னைகைத்தான். 'நீங்க ரெண்டு பேரும் பேசிக்கிட்டு இருங்க. ஒரு பத்து நிமிசத்துல வந்துரேன்', என்று சொல்லி அங்கிருந்து நகர்ந்தேன். அவர்களுக்குத் தனிமையான நேரம் கொடுக்கும் சாக்கில் நான் தனியே சென்று அந்தக் காபி ஷாப்பை ஒட்டிய பால்கனியில் நின்று எதிரே இருந்த மரங்கள்

அடர்ந்த தோப்பினை வேடிக்கை பார்த்துக் கொண்டிருந்தேன். வில்லியமிற்கு இதற்கு முன்பே அருளியின் கல்லூரித் தோழியுடன் நெருக்கமான உறவு இருந்தது. கல்லூரியே அந்த உறவை வெளிப்படையாக அறிந்திருந்தது. வில்லியம், பாலியல் சேட்டைகளுக்குக் கல்லூரியில் புகழ் பெற்றவன். அருளியை ஒரு பேராசிரியருடன் இணைத்து ஒரு ஓவியத்தைக் கல்லூரி வளாகத்திலேயே ஒரு பெரிய சுவரில் வரைந்து வைத்து அருளி அதற்காக அழுது ஆர்ப்பாட்டமெல்லாம் செய்து கல்லூரி முதல்வரிடம் ஒரு குற்றச்சாட்டைப் பதிவு செய்து அது பெரிய நீண்ட சம்பவமானது. வில்லியம் அவன் நெருக்கமாகப் பழகிய ஜெனியை விட்டு விலகிய காரணமும் எனக்குத் தெரியும். ஜெனி, மிகுந்த பணக்காரக் குடும்பத்திலிருந்து வருபவள். அவளுடைய அப்பா, வில்லியமை ஏற்றுக்கொள்ளமாட்டேன் என்று சொல்லிவிட்டார். ஜெனியும், வில்லியமுடன் பழகியது போதும் என்று எந்தக் கண்ணீரும் வருத்தமும் இல்லாமல் விலகி, மாநிலத்திலேயே பெரிய தொழிலதிபரின் மகனைத் திருமணம் செய்துகொண்டாள். வில்லியம், அருளியை நேசிக்கவில்லை, ஜெனியைப் பழிவாங்க அருளியைத் திருமணம் செய்துகொள்ளும் முடிவே சரியானது. ஜெனிக்கும் அருளிக்கும் படிப்பில் சரியான போட்டி இருந்தது. அருளியே முதல் மதிப்பெண்களைப் பெற்றுவந்தாள்.

எதிரே காற்றில் எழுந்து நின்ற மரங்கள் சோகத்தில் அசைந்துகொண்டிருந்தன. பழுத்த இலைகள் சிறிய காற்றிற்கும் உதிர்ந்தன. அந்த மதிய வேளையிலும் இருள் அடர்ந்து வெயில் ஆங்காங்கே சரிந்த தூண்களைப் போல விழுந்து கொண்டிருந்தன. இரு கிளிகள் ஆற அமர்ந்து ஒன்றையொன்று கொஞ்சிக்கொண்டிருப்பது புலனுணர்வுகளைக் கிளர்த்துவதாக இருந்தது. எனக்கு, என் காதலன் தயாவின் நினைவு வந்து சென்றது. சமீப காலத்தில் அவன் வேறொரு பெண்ணைச் சந்திப்பதாகக் கேள்விப்பட்டேன். அது இதயத்தை உலுக்கி எடுப்பதாக இருக்கிறது. அருளியின் இந்த முடிவும் ஏதோ தவறான திசை நோக்கி ஒட்டுமொத்த வாழ்வும் திரும்புவதைப் போல தோன்றியது. காதின் அருகில் வீசும் மெல்லிய காற்றை

உணர்ந்தபடியே சிந்தனைகளின் வெளி துழாவி துழாவி நெடிய தூரத்திற்குச் சென்று கொண்டேயிருந்தேன்.

என் காதினைச் சூழ்ந்த முடியினை வருடிய படியே, ‘என்ன யோசிக்கிற?’, கேட்டாள் அருளி. என்னால் வலியுடன் சிரிக்க முடிந்தது. அவ்வளவு தான். ‘நீ இன்னும் சொல்லவே இல்ல. ஏன் திடீர்னு கல்யாணம் பண்ணிக்கிற அதுவும் வில்லியமை”

‘சொன்னாத்தான் நாளைக்கு நீ கல்யாணத்துக்கு வருவ? அப்படித்தான?’

‘எரிச்சல்படுத்தாத அருளி. நான் வராம வேற என்ன வேலை எனக்கு. காரணத்த சொல்லு.’, பிடிவாதமாக இருந்தேன்.

‘உனக்குப் பசிக்கல, எனக்கு ரொம்பப் பசிக்குது. காபி பத்தமாட்டேங்குது’, என்று அவள் சொன்னதும், நான் அப்படி ஒரு கோபத்தை அடைந்தேன். அவள் என்னைக் கட்டியணைத்து ஆற்றுப்படுத்தினாள். ‘நான் பேச்ச மாத்தல. வேற சூழலுக்குப் போவோம். இங்க அமைதியா இல்ல. மனசும், சூழலும்’, சொன்னதும் அவளுடன் நடந்தேன். கட்டியணைத்து, உடல் நெருக்கம் காட்டுவதில் அவளுக்கு ஈடு இணை இல்லை. நான் அப்படி இல்லை. பெண் என்றாலும் தொடுவதில் நிறைய தயக்கமும் விலக்கமும் இருக்கும் எப்பொழுதும் என்னிடம். என்னைக் கட்டியணைத்து அவளுடன் நெருக்கிய படியே அந்த வணிக வளாகத்திலிருந்து என்னை வெளியே அழைத்து வந்தாள்.

இன்னொரு சிறிய உணவு விடுதிக்குச் சென்று உண்ண அமர்ந்தோம். ‘ஏன் வில்லியம், அருளி?’, என்று மீண்டும் கேட்டதும் அருளியின் முகம் மிகவும் சோகமடர்ந்தது. ‘என்னன்னு சொல்றது. உனக்குத் தெரியும் தான அவன எனக்குப் பிடிக்கும்னு. ஏதோ ஜெனியோட அவன் பழகத் தொடங்கனதும் நானே நகர்ந்துக்கிட்டேன். அப்புறம், என் கிளாஸ்ல என் கூடப் படிச்சவங்க எல்லாருக்கும் கல்யாணம் ஆயிருச்சி. இவன் மட்டும் தான் கல்யாணம் பண்ணிக்காம இருக்கிறான். பாலாவோட சேந்து குடிக்கும்போதெல்லாம், ‘அருளி, அருளின்னு’, என்

பேரத்தான் சொல்லிப் புலம்புறானாம். ஏதோ ஒரு பாற நகர்ந்து சரிஞ்ச மாதிரி உணர்வு, நங்கை. அவ்வளவு தான். அப்பாவுக்கோ அம்மாவுக்கோ சொல்லப்போறதுல்ல. நீ, பாலா, வில்லியம், நான் அவ்வளவு தான். ரெண்டு பேரு கையெழுத்து போட்டா போதும். நாளைக்கு நீ என் வீட்டுப் பக்கம் வந்துராத. கல்யாணம் பண்ணின கையோட, மாலையும் கழுத்துமா வீட்டுல போய் நின்னுடலாம்னு முடிவு பண்ணிட்டேன். அவ்வளவு தான்', எல்லாவற்றையும் ஒரே மூச்சில் சொல்லிமுடித்தவள் போல சாப்பிடத்தொடங்கினாள். பேய் மாதிரி சாப்பிட்டாள். என் வயிற்றில் பசி தணிந்திருந்தது. ஏனோ அருளி பற்றிய கவலை கூடியிருந்தது.

கல்யாணம் செய்து கொண்ட அன்று கோவிலின் வளாகத்தில் சந்தித்தது தான் அருளியைக் கடைசியாக. பிறகொரு நாள் அவளைத் தேடி அவள் வீட்டிற்குச் சென்ற போது, அவளுடைய அம்மா விளக்குமாற்றை உயர்த்திக் காட்டி, 'எல்லாமே உன்னால தான். இன்னொரு தடவ இங்க வந்த. என் வீட்டுல திருடிட்டன்னு போலீஸ்ல கம்பெள்ய்ண்ட் கொடுத்துருவேன்', என்று கத்தினார். பின்னணியில் அருளி கர்ப்பமான வயிற்றுடன் தென்பட்டாள். அவளுடைய கண்கள் பின்னணி இருளிலிருந்து துளைத்தன. கையால் அசைத்து என்னைப் போ, போ என்று அவளும் சைகையால் விரட்டியது என்னவோ போலிருந்தது. நான் அந்நேரத்தில் வள்ளலாரின் சன்மார்க்கவழியைத் தேடிச் செல்லத் தொடங்கியிருந்தேன். கடலூர் வெளியில் நைந்து போன வெள்ளைப் புடவையுடன் நெற்றியில் கழுத்தில் அணிகலனின்றி மனப்பித்தம் கொண்டு அலைய விரும்பியிருந்தேன். 'தேன் உரைக்கு உளம் இனிக்க எழுகின்றேன் நீவிர் தெரிந்தடைந்தென் உடன் எழுமின் சித்திபெறல் ஆகும், ஏனுரைத்தேன் இரக்கத்தால் எடுத்துரைத்தேன் கண்டீர் யானடையும் சுகத்தினை நீர் தான் அடைதல் குறித்தே', என்று மனதில் வள்ளலார் வரிகளை நடக்கவிட்டுத் திரிந்தேன், வாடிய பயிரைக் கண்டபோதெல்லாம் வாடி வாடி மிக வாடித் திரிந்தேன் என என் மனமாற்றத்தை அருளியிடம் சொல்லவே சென்றேன்.

என் வாழ்க்கை வெறுமையை எட்டியிருந்தது. எதற்கும்

அர்த்தம் இல்லா ஒரு தருணத்தை நான் எட்டியிருந்தேன். என் தந்தை மரித்துப் போயிருந்தார். என் காதலன் தயா என்னை விட்டு விலகி வேறு பெண்ணுடன் சென்றிருந்தான். வறுமை துலங்கியது. அப்பொழுது என் மனதில் பட்டொளி என வீசிய உண்மையொன்றில் ஈடுபட்டு நான் செயல்படத்தொடங்கியிருந்தேன். மருத்துவம் பார்க்கத் தொடங்கினேன். வள்ளலாரின் வழியைப்பின்பற்றிய ஒருவரைச் சந்தித்து மனம் குமைந்து கிடந்த நிலையைச் சொன்னேன். ‘சில நாட்கள் இந்தச் சூழலில் திரிந்துவிட்டுப்போ. என்ன தோன்றுகிறதோ செய்’, என்றார். ‘நான் தற்கொலை செய்துகொள்ள விரும்புகிறேன்’, என்று சொன்னேன். ‘அப்படியானால், செய்துகொள்’, என்று சொல்லிவிட்டுச் சென்றுவிட்டார். தற்கொலைக்குத் துணியவில்லை. வள்ளலாரின் ஆளுமை என்னில் ஊடுருவியது. உடலையும் உயிரையும் வளர்த்தெடுக்கத் தோன்றியது. தீவிரமான பயிற்சிகளில் ஈடுபட்டேன். என்னால் ஏதேனும் பயன், ஏதேனும் பயன் என்று என்னை நானே உந்திக் கேள்வி கேட்டு, மருத்துவத்தைச் செய்யத் தொடங்கினேன். தினமும் நூறு நோயாளிகளையேனும் சந்தித்தேன். வள்ளலார் பதித்த பாதங்கள் வழி நடப்பது உற்சாகமாக இருந்தது. மனதில் எப்பொழுதும் வெளிச்சம் வீசிக்கொண்டிருந்ததை உணரமுடிந்தது. மாதங்கள் மட்டுமே ஓடியிருந்தன. நான் அருளியை மறந்தே போயிருந்தேன். என் வாழ்க்கை வெள்ளை வெளேரென்ற ஓர் உலகத்திற்குள் வந்திருந்தது. கொடியில் உலர்ந்த துணிகளும் ஆடைகளும் வெண்மையாய் விரிந்து கிடந்து வெயிலிலும் இருளிலும் என்னைச் சூழ்ந்து அசையத் தொடங்கியிருந்தன.

அன்று ஒரு நீண்ட கனவு. அருளியின் உடலே பாதி சிற்பமாயும் பாதி உயிருள்ள உடலாயும் அசைவது போல். அவள் உடல் கீழே மண்டியிட்டு அமர்ந்திருக்க அவள் உடலின அதியற்புத நிலையைச் சில புகைப்படக்கலைஞர்கள் புகைப்படமெடுத்துக் கொண்டிருக்கின்றனர். அவள் உடலைச் சுற்றிச் சுற்றிவர, ஒருபுறம் சிற்பமான பகுதி உள்ளீடற்று ஓவியம் போலும் காட்சியளிக்கக் கண்டேன். கண்ணைக் கசக்கி எழுந்து எங்கள்

மருத்துவமனையை ஒட்டிய நதியில் குளித்து அழுக்குத் துணியை நீரில் அலசி, அதன் இரு முனைகளைக் கைகளில் பற்றி, மறு இருமுனைகளை நீரின் போக்கில் அசையவிட்டிருந்தேன். ஏனோ எனக்கு இந்தக் காட்சி மனதிற்குள் பெரிய அமைதியையும் அழகுணர்வையும் கொடுத்துக் கொண்டேயிருக்கும். எதிரில் காகங்கள் கரைய, நேரம் ஓடிவிட்டிருந்ததை உணர்ந்து துணியை இழுத்துக் கசக்கிப் பிழிந்து தோளில் இட்டுக்கொண்டு மருத்துவமனையை ஒட்டிய என் வீடு நோக்கி வேக நடை நடந்தேன். வெண்மை கிழமாய் விருத்தமந்த வெண்மையதாய்த் திண்மை பெறச் செய்யும் சித்தன் எவன் எனச் சொற்களை நாவில் உருட்டியபடியே என் வீட்டுச் சுற்றுச்சுவரின் முன் கதவைத் திறந்து உள்ளே செல்ல, நடையை ஒட்டிக்கிடந்த மரப்பெஞ்சினில் அருளி நிறை மாத வயிறு மேலூதி மல்லாக்கப் படுத்திருக்கக் கண்டேன்.

‘அருளி’, என்றேன். கண் திறந்தாள். என்னைப் பார்த்ததும் என் கோலம் பார்த்ததும் மகிழ்ச்சியில் புன்னகைத்தாள். தோளில் கைகள் கொடுத்து அவளை எழும்பி அமரச்செய்தேன். அந்த நிலையில் களைத்து, முடியெல்லாம் களைந்து ஏதோ கோலத்தில் இருந்தாள். பல் துலக்கி, குளித்து, உணவு உண்டு எல்லாவற்றையும் ஒரே நிதானத்தில் அமைதியில் தான் செய்தாள்.

‘என்கிட்ட இருக்கிறது எல்லாமே வெள்ளைப் புடவை தான்’

‘கொடு, கொடு. போதும்’, என்றவள் அழகாக உடுத்திக் கொண்டு வந்தாள். அவள் கண்கள் கீழே வளையமிட்டிருந்த கரு வளையங்கள் அவளின் துயரை எல்லாம் வரி வரியாகச் சொல்லின. அம்மாவும் அப்பாவும் ஒருவர் பின் ஒருவராய் மாரடைப்பில் இறந்து போயிருந்தனர்.

‘வில்லியம் எங்க இருக்காரு?’, என்று கேட்டேன்.

‘என்னை விட்டுட்டுப் போயிட்டான் நங்கை’, அவள் அழுதாள், அழுதாள். அழுது கொண்டேயிருந்தாள். எங்கேயோ அமர்ந்து அழுவது மட்டுமே அவளுக்குத் தேவைப்பட்டது போல அழுது

கொண்டேயிருந்தாள். என்னுடன் எனக்கு மருத்துவமனையில் உதவியாக இருந்த செல்வி, ‘இன்னைக்கு ரசம் சோறு வைச்சிருக்கேன். எல்லாம் காத்தோட போயிடும் வாங்க’, என்று அருளியை உள்ளே அழைத்துச் செல்கையில் என் கால்களுக்குக் கீழே பூவி நழுவியது ஒரு கணம். உண்மையில் செல்விக்கு அருளியைப் பற்றி எதுவும் தெரியாது. எல்லாம் அறிந்தவள் போல் அவளைக் கவனித்துக் கொள்ளத் தொடங்கினாள்.

தனியேயிருந்து தனக்குத்தானே வள்ளலாரின் பாடல்களைப் பாடித்திரிந்தே பணி செய்து பழகிப்போயிருந்தேன் என்பதால், ஆண் பெண்ணாய்ப் பெண்ணாணாய் அண்மை தலைவானின் சேண் பண்ண வல்லவொரு சித்தனெவன்? என்று பண்ணிசைத்துக் கொண்டிருந்தேன்.

‘நீ நல்லா மெலிஞ்சிட்ட நங்கை?’

‘எப்பவுமே நான் மெலிஞ்சு தான் இருப்பேன்.’

‘இப்ப இன்னும்’, சொல்லிவிட்டுச் சிரித்தாள்.

‘பரவாயில்ல, சிரிக்கிற’, என்றதும் இன்னும் அதிகமாய் வாய்விட்டுச் சிரித்தாள். இடைப்பட்ட காலம் துயரத்தை அலசிப்போயிருந்தது. நான் எதையும் வற்புறுத்தாமலேயே என் அன்றாட விடயங்களுக்குத் தானும் பழகிக் கொண்டிருந்தாள். அத்துடன் தானும் ஒரு வாழ்க்கையைத் தொடர முயற்சி செய்தாள்.

செல்வி தயிர்சாதத்தைப் பரிமாறிய போது, ‘நானும் இங்க உங்களோடத் தங்கிக்கலாமில்ல’, என்று அனுமதியாய்க் கேட்டாள். செல்வி தான் எனக்கும் சேர்த்துப் பதிலளித்தாள். ‘எத்தனை பேரு வந்தாலும் நங்கையம்மா கூட வச்சிக்குவாங்க. ஆனா, வீடு அமைதியா இருக்கனும், தூய்மையா இருக்கனும், சாப்பிடும்போது பேசக்கூடாது’, இது மாதிரி நூறு சொல்லாத விதிகள் இந்த வீட்டுல இருக்கா. வந்த சில நாள்ல சொல்லாம, கொள்ளாம ஓடிப்போயிடுவாங்க”, என்று சொல்லி முடிக்கவும் அருளி, ‘இந்த விதிகள்லாம் தான் எனக்கு அருமருந்து மாதிரி இருக்கு’, என்று சொல்லிவிட்டுப் பேசாமல் சாப்பிடத்

தொடங்கினாள்.

எங்கள் இரவு நீளமாயிருந்தன. சீக்கிரமே தூங்கப்போய் விடுவேன். அருளி, உடற்பயிற்சிக்காக முற்றத்தில் நடந்துகொண்டே இருப்பாள். எந்த நேரமும் பிரசவம் என்ற நிலைமை இருந்தது. அருகில் இருக்கும் ஒரு மருத்துவமனையில் அருளியின் பெயருக்குப் பதிவு செய்திருந்தேன். வந்ததற்கு இப்பொழுது மெல்ல பொலிவு பெற்றிருந்தாள். இன்னும் சொல்லவில்லை, அவளுக்கும் வில்லியமுக்கும் என்ன நடந்தது என்று. நான் அறிந்துகொள்ள விரும்பினாலும் அவளைக் கட்டாயப்படுத்த விரும்பவில்லை. அன்று இரவு தூங்கிய நெடு நேரத்திற்குப் பிறகு, 'யம்மா', என்று அலறி எழுந்தாள் அருளி. பிரசவ வலியோ என்று நானும் செல்வியும் எழுந்து விளக்குகளைப் போட, 'கனவு', என்று வியர்த்திருந்தாள் அருளி. செல்வி தண்ணீர் கொடுத்து குடிக்கவைத்துவிட்டுச் சென்று படுத்துவிட்டாள். படுக்கையிலேயே அமர்ந்திருந்த அருளி என்னிடம் ஏதோ சொல்ல நினைக்கிறாள் என்று நான் காத்திருந்தேன். நானும் என் படுக்கையில் அமர்ந்திருந்தேன். வெளியிலிருந்து மழை பெய்யும் சத்தம் கேட்டுக்கொண்டிருந்தது. கார்காலத்தின் கூதல் ஜன்னல் வழியாக வீசாது எல்லா ஜன்னல்களையும் மூடியிருந்தாள் செல்வி. செல்விக்கு அருளியின் மீது கருணையென்றால் அப்படியொரு கருணை.

'குழந்தை உள்ளயிருந்து எட்டி எட்டி உதைச்சிக்கிட்டே இருக்கு, நங்கை. திடீரென்று குழந்தையின் கால் எட்டி உதைத்ததில் வயிறு வழியே கால் வெளியே வந்த மாதிரி கனவு', என்றாள் அருளி.

'உனக்கும் வில்லியமுக்கும் என்ன பிரச்சனை?'

அருளி, செல்வியின் பக்கம் திரும்பிப் பார்த்தாள். செல்வி அயர்ந்து தூங்கியிருந்தாள். அவள் உதடுகள் விரிந்திருந்தன. அருளி அதைச் சொல்லும் துன்பத்தைத் தாங்கிக்கொள்ளும் பலத்தைச் சேகரித்துக் கொண்டவள் போல உணர்வுகளைக் காட்டினாள்.

'அவனுக்குத் தெனமும் செக்ஸ் தேவைப்பட்டுச்சி. உண்மையிலேயே அவன் அதுக்குத்தான் என்னைய கல்யாணம் பண்ணிக்கிட்டான். குடிக்கிறது, நேரா வந்து என்கிட்ட செக்ஸ் வச்சிக்கிறது. சில நாள் அதிகமா குடிச்சி வாந்தி எடுத்த வாயோட வந்து என்னைய தொந்திரவு பண்ணுவான். கர்ப்பமானதுக்கு அப்புறமும் விடல. ஒரு நாள் வீட்டுக்கு வந்த, எலெக்ட்ரீஷியன்கிட்ட சிரிச்சிப் பேசிக்கிட்டு இருந்தேன். பாத்ததுலேர்ந்து ஏன் அவங்கிட்ட சிரிச்சிப்பேசுறேன்னு வயலண்டான செக்சு. ஒரு நாள் எனக்கு அவங்கிட்ட செக்ஸ் வச்சிக்கப் பிடிக்கலன்னு சொன்னேன். ஏன் ஏன்னு கேட்டான். உடனே உண்மையான காரணத்தச் சொன்னேன்.'

அருளி அமைதியாக இருந்தாள். 'எனக்குக் குழந்தை வேணும்னு மட்டும் தான் அவனக் கல்யாணம் பண்ணிக்கிட்டேன்னு சொன்னேன். அவன் மேல எனக்குக் கொஞ்சம் கூட ஆச இல்லன்னு சொன்னேன். என் வயித்து மேலயே எட்டி எட்டி உதைச்சான். இந்தக் குழந்தை உள்ளயே செத்துப்போகனும்னு எட்டி உதைச்சி மிதிச்சான்'.

நான் அருளியின் தோளைப் பிடித்துச் சாய்த்து உறங்கச் செய்தேன். சாய்ந்த சில நிமிடங்களில் அவளிடமிருந்து சிறிய குறட்டையாகச் சத்தம் வந்தது. என் உறக்கம் எங்கேயோ தூரம் போயிருந்தது. சில நாட்களில் அழகான ஒரு பெண் குழந்தையை ஈன்றெடுத்தாள் அருளி. அழாமல் எப்பொழுதும் ஏதோ யோசனையில் ஆழ்ந்தது போல குழந்தை இருந்தது என் மனதில் ஏதோ ஒரு சிறிய பாரத்தைக்கொடுத்துக் கொண்டே இருந்தது. எங்கள் ஊரினை ஒட்டிய நதியின் மறுகரையில் ஜீவகாருண்ய ஒழுக்கம் பற்றிய கருத்தரங்கிற்குச் செல்லவேண்டியிருந்த பொழுது, 'நானும் வருகிறேன்', என்று என்னுடன் வந்தாள் அருளி. பிரசவத்தின் தாக்கத்திலிருந்து இன்னும் விடுபெறாத களைப்பும் சூன்யமும் அவளைச் சூழ்ந்திருந்த நிலையில் அவள் ஓய்வெடுக்கவே விரும்பினேன், வற்புறுத்தினேன். அருளி கேட்கவில்லை. 'இங்க உக்காந்திருந்தா யோசனை பெருத்துக்கிட்டே போகுது. ப்ளீஸ், தடுக்காத', என்றாள். கருத்தரங்கினை உண்ணிப்பாகக் கவனித்த

அருளி, அன்று முதல் ஜீவகாருண்யத்தால் தாக்கப்பட்டதாய் உணர்ந்தேன். கடுமையான ஒழுக்கமுறைகளைப் பின்பற்றத் தொடங்கினாள். எனக்கு ஒரு புறம் அதிர்ச்சியாகவும் இன்னொரு புறம் மகிழ்ச்சியாகவும் இருந்தது. ஏற்கெனவே அவள் கல்லூரி பருவத்தில் சிந்தித்தத் தன் எண்ணங்களுடன் தன் தற்காலத்தை இழுத்துச் சென்று இணைத்துக் கொண்டாள். கூர்மையான பொலிவு கொண்ட ஒரு சித்தரைப் போல மாறிக்கொண்டிருந்தாள். பசி, உணவு, உறக்கம் எல்லாவற்றிலும் ஒரு தீவிரம் பற்றிக் கொண்டதைப் போலச் செயல்பட்டாள். பசி, கொலை, தாகம், பிணி, ஆபத்து, பயம், இன்மை, இச்சை ஆகியவற்றிலிருந்து மெல்லிய நூல் போல தன்னை வெளியே உருவி எடுத்துக்கொண்டிருந்தாள்.

அவள் பெண் குழந்தைக்குக் கருவாயி என்று பெயரிட்டாள். ஏன் அந்தப்பெயர் என்று நான் கேட்கவில்லை. ஆனால் குழந்தை நீண்ட நேரத்திற்கு அழாமல், அசைவில்லாமல் அப்படியே கிடந்தது. அவள் உடலில் சில நரம்பிசைவு அற்ற தன்மையை எனக்கு எடுத்துச் சொல்லியது. நான் அதைச் சுட்டிக்காட்டிய போது, அருளி, ‘இருந்துவிட்டுப் போகட்டும். மனித உடலுக்குப் பயனில்லை’, என்றாள். ‘என்ன அருளி இப்படிச் சொல்ற’, என்று கேட்டேன்.

‘நான் ஜீவசமாதி நோக்கி என்னக் கூட்டிட்டுப் போயிட்டிருக்கேன். எனக்கு அப்புறம் நீ என் குழந்தையப் பாத்துக்கோ’

‘நீ சிந்திக்கிறது தவறு. உடலால எல்லா பயனும் இருக்கனும். இருந்தாலும் அந்தப் பலன் மேல பற்று கொள்ளாமல் இருக்கிறது தான் ஜீவசமாதி’

‘அப்ப ஜீவகாருண்யம்?’

‘ஜீவகாருண்யம் எல்லா உயிர்கள் மீதும் இரக்கம் கொள்றது. அப்படின்னா தன்னுடைய உயிர் மீதும் இரக்கமா இருக்கனும். அதை வதைக்காத.’

‘ஏன் வள்ளலார் பசியப் பத்தி அப்படிச் சொல்றாரு. பசியினாலும் கொலையினாலும் வர ஆபத்தத் தவிர்க்கிறது

பத்தி என்ன சொல்றாரு.'

என் மூளை பிசகியது. கொதித்து உருகியது போன்று இருந்தது.

வள்ளலாரின் வாசகங்களை, கொள்கைகளை இருவருமே நன்கு அறிவோம். 'நான் ஜீவசமாதி நோக்கிப் போறேன். நீ என் குழந்தைய பாத்துக்குவியா இல்லையா', என்று கேட்டுவிட்டு என் முகத்தையே பார்த்துக் கொண்டிருந்தாள்.

நான் நிமிர்ந்து அவள் முகத்தைப் பார்த்தேன், கண்களைப் பார்த்தேன். 'நீ ஜீவசமாதி நோக்கிப் போகல. வில்லியமை பழிவாங்க விரும்புற, அருளி', கொந்தளித்தேன். அவள் கண்கள் அசைந்து துடித்தன. மீண்டும் நிலைபெற்றன. 'நான் ஜீவசமாதிய என் இலட்சியமா எடுத்துருக்கேன். உன்னால என் குழந்தைய பாத்துக்கமுடியலன்னா ஏதாவது கருணை இல்லத்துல கொண்டு போய் விட்டுரு. செல்வி, என்னப் பாத்துக்கோ. நீ என்னைய பாத்துக்குறதுக்கு சம்பளமா என் அக்கௌவுண்ட்ல இருக்கிற பணத்த எடுத்துக்கோ', என்று சொல்லிவிட்டுத் தூங்கச் சென்றுவிட்டாள்.

நான் கருவாயியைத் தூக்கிக்கொண்டு ஒரு நரம்பு வல்லுநரிடம் சென்றேன். 'மனச்சிதைவும் நரம்புக்கோளாறும் பலமாய்த் தாக்கியிருக்கு', என்றார்.

'அப்படின்னா?'

'குழந்தை ஒரு வெஜிடபிள் போல மட்டுமே இருப்பாங்க', என்றார். என் இதயம் வெடித்து வெடித்து அடங்கியது. நான் வீட்டிற்கு வந்தேன். அருளி தன் விரதங்களையும் ஒழுக்க முறைகளையும் தொடங்கியிருந்தாள். ஒவ்வொரு நாளும் நிர்ணயித்திருந்த தண்ணீரை மட்டுமே குடித்தாள். ஒரு வேளை மட்டுமே உண்டாள். மெல்ல மெல்ல அதையும் குறைத்துக் கொண்டே வந்தாள். அவள் நினைவு தவறிப் போகும் நிலை வந்த போது, நான் குளுக்கோஸ் ஏற்ற விரும்பினேன். அவளுக்கு என்னென்ன செய்யலாம், என்னென்ன செய்யக்கூடாது என்று தெளிவாக, விளக்கமாக ஒரு நோட்டுப்புத்தகத்தில் எழுதித் தன் அருகில் வைத்திருந்தாள். அதன் படியே

நானும் செல்வியும் அவளைக் கவனித்துக் கொண்டோம். ‘நீ குளுக்கோஸ் ஏத்துவதுன்னா ஏத்திக்கோ. ஆனா என் உடம்பு என் கட்டுப்பாட்டுக்கு வந்துருச்சி. அத ஒன்னும் செய்யமுடியாது. அவள் தோல் நைந்து போன, எலும்பின் மீது போர்த்திய துணி போலாகியது. கண்கள் குழிகளுக்குள் வீழ்ந்தன. கால்கள் அசைவற்று ஆயின. கொஞ்சமாய் சிறுநீர் வெளியேறியது. மெல்ல துடித்தது இதயம். எப்பொழுதாவது தன் கண்களைத் திறந்தாள்.

அப்படியாக சில நாட்கள் அவளுக்கு தேக்கரண்டியில் கஞ்சியை ஊட்டி, நீரை ஊற்றி அவளுக்குப் புகட்டிக்கொண்டிருந்த பல நாட்களுக்குப் பின் ஒரு நாள் கண்களைத் திறந்தாள். ‘குழந்தையைக் காட்டட்டுமா, பாக்குறியா?’, என்று குழந்தையை எடுத்துக் காட்டும் முன் கண்மூடியிருந்தாள்.

# 10. முதல்வி

லதா தன் பெயரை இசக்கி என்று மாற்றிவைத்துக்கொண்டாள். காரணம், அவள் முழுக்க முழுக்க சாமியாடி ஆகிவிட்டதே. அதிலும், அவள் அப்படி சாமியாடி ஆகிவரும்போது இசக்கி அவள் மீது இறங்கி நின்று அருள் சொல்வதாக எல்லோரும் நம்பிய நாளில் இருந்து ஊர் தான் முதலில் அவளை இசக்கி என்று அழைக்கத் தொடங்கியது. லதா அந்த ஊரில் நவீனம் என்று கருதப்பட்ட அந்தப் பெயரையும் மறந்துவிட்டாள். லதா, பத்து பசுமாடுகளை வளர்த்து வந்தாள். அதிகாலையில் எழுந்து அவற்றிற்குத் தண்ணீர் வைத்து, கழநீர் ஊட்டி, பால்கறந்து என அவளுடைய வேலைகள் எல்லாம் ஊர் விழிக்கும் முன்னமே தொடங்கிவிடும். உண்மையில் அவள் தூங்கியதே இல்லை. ஊர் விழிக்கும் முன் அவள் எழுந்திருப்பதால் அது எவர் கருத்திலும் ஊன்றியதில்லை. நடுநிசியில் அவள் ஒரு நெடுநடை போய்வருவாள். திக்கும் இல்லை, தேவையும் இல்லை என்பது போல அவள் ஒரு கன்னிப்பெண் என்றும் ஊர் நினைத்துக் கொண்டு இருந்தது. தன்னைத் தான் மட்டுமே அறிந்திருந்தாள். பருவம் எய்திய சில நாட்களிலேயே தான் மிகவும் விரும்பிய முத்துவுடன் உறவு வைத்துக்கொண்டாள். யாரும் அறியாமல் அது நிகழ்ந்தது. இருவரின் கலவியும் முழு இரவும் நிகழ்ந்தது. அதிகாலை முத்து உடல்நலமில்லாமல்

வாந்தி எடுக்கத் தொடங்கினான். மருத்துவமனைக்கு அழைத்துச் சென்றார்கள். போகும் வழியிலேயே முத்துவின் மூச்சு நின்று போனது. இசக்கி, அதை யோசித்து யோசித்துக் காரணம் அறிந்து கொண்டாள். கலவியின் போதான தீவிர பித்தத்தை அவனால் தாங்கிக்கொள்ள முடியவில்லை. வாந்தியெடுக்கத் தொடங்கினான். அதையும் தாங்கிக்கொள்ள அவனுக்குப் பலமில்லை. ஏதோ ஓர் ஆசை உந்தப்பட்டுத் தான் இருவரும் அப்படியான முடிவுக்கு வந்து கலவியை ஒரு விளையாட்டு போல நிகழ்த்திக்கொண்டனர். அது முதல் இசக்கிக்கு ஒருவகையான எவரிடமும் பகிரமுடியாத ஒரு மனவருத்தம் தோன்றியது. அவள் இருபத்தைந்து வயதைத் தொடும்போதே அவள் முடி நரைத்துப் போனது. எல்லாமும் அவள் வாழ்க்கையில் கூடிவந்ததுபோல் இருந்தது. அவள் அம்மாவும் அப்பாவும் ஒருவர் பின் ஒருவராக மரித்துப் போயினர். அவளால் முத்துவின் திடீர் மரணத்துடன் எத்தனை ஆண்டுகளாகியும் உடன்பாட்டிற்கு வர இயலவில்லை. முத்துவை நினைந்து நினைந்து தன்னில் வரித்துக்கொண்டவள் போல் ஆனாள். உடலைக் கட்டுக்குள் கொண்டு வந்தாள். உள்ளுணர்வை நோக்கித் தினம் தினம் குறி கேட்டு அமர்ந்தாள். அவள் சுற்றுவட்டாரத்தில் அவள் அறிந்த எல்லா மக்களின் துயரத்தையும் அறிந்தவளாய் அவள் இருந்தாள். சாமியேறி வரும்போது அவள் முன் எவர் வந்து வணங்கி நின்றாலும் அவர்களின் வாழ்க்கைக்கான தீர்வைத் தான் சொன்னாள். உண்மையில் அவளுக்குத் தெய்வ நம்பிக்கை என்று எதுவுமே இல்லை. முத்துவே போய்விட்டான்.

இசக்கி பார்ப்பதற்குக் கண் கூசச்செய்யும் பொலிவுடன் இருப்பாள். கன்னங்கரேன்ற அவளுடைய தோல் மினுமினுப்பு, பெரிய கண்களும், வாட்டசாட்டமான உடல் நிமிர்வும் காணும் எவரையுமே ஒரு கணம் திகைக்கச் செய்துவிடும். அவள் சாமியாடிப் பெண் என்பதால் மட்டுமே அவள் மீது அச்சம் கொண்டு அவளை நெருங்காது இருந்தான் அந்த ஊரின் தலைவர் மகன் கண்ணன். அவளுக்கு எவரையும் உள்ளும் புறமும் தெரியும். கோயில் கொடை என்றால் கோயில்

கொடைக்கு முன் பத்து நாட்களுக்கு எவருடனும் பேசாமல் மௌனமாக இருப்பாள். அவளாகச் சமைத்து உண்ணமாட்டாள். தனக்குத்தானே அவள் போட்டுகொண்ட விதிகள் அவை. யாரேனும் கோயில் வளாகத்தில் அமர்ந்து அவளுக்காகக் கொஞ்சம் சோறு வடித்துக் கொடுக்க அதை மட்டுமே அவள் உண்டு வந்தாள். பத்தியம் போல அவள் இந்தக் காலத்தைக் கடந்தாள். அவள் தன் அருளைக் கூட்டிக்கொள்வதற்காக என்று ஊர்க்காரர்கள் நம்பினர். உண்மையில் அவளால் இந்த வாழ்வின் சுமையைத் தூக்கமுடியவில்லை. தூக்கமின்மை தன்னைப் பீடித்ததிலிருந்து அவளுக்கு எல்லாமே பாரம் தான். மாடுகளைக் கவனித்துக் கொள்ளவே சரியாக இருக்கிறது. ஆக, இந்தக் கோயில் கொடை, ஊர் நிகழ்வுகளைக் காரணமாக வைத்து மற்றவர்களிடம் தனக்கான உதவிகளைப் பெற்றுக்கொண்டாள். பத்து மாடுகளும் நிறைந்த செல்வம் கொடுத்தன. காலையிலேயே அவள் வீட்டு வாசலில் வந்து பால் வாங்கிச் செல்வோர் ஐம்பது பேருக்கும் மேலாக உண்டு. அதற்காக, செல்வன் காலையிலேயே வந்துவிடுவான். ஓர் அதிகாரி போல நடந்து கொள்வான். இவள் கறக்கும் பாலினைச் சேகரித்து வாசலில் ஒரு பெரிய தவளையில் ஊற்றி மூடிவைத்து அதன் அருகில் உயர நாற்காலியிட்டு உட்கார்ந்துவிடுவான். வருவோர் போவோருக்குப் பால் ஊற்றி முடித்ததும் கிளம்பிச் சென்றுவிடுவான். மாதம் ஒன்றாந்தேதி அவன் சம்பளத்தைக் கொடுத்துவிட வேண்டும். ஐயாயிரம் ரூபாய் வாங்கிய கையுடன் சிறையில் இருக்கும் அவன் அம்மாவைப் பார்க்கப் போய்விடுவான். செல்வனின் அப்பாவைக் கொன்றுவிட்டாள் அவன் அம்மா. மிகவும் கொடுமைக்காரனாக இருந்த அவனது வன்முறை பொறுக்கமுடியாமல் தான் அவள் தன்னை அறியாமல் உணர்ச்சிவேகத்தில் அப்படிக் கொன்றுவிட்டதாக வாக்குமூலம் கொடுத்தாள். அம்மா தற்பொழுது நிம்மதியாகத் தான் இருப்பதாகச் சொன்னான் செல்வன்.

செல்வனும் சில நாட்களில் இவளுக்குச் சமைக்கும் கோயில் உணவுடன் சேர்ந்துகொள்வான். மற்றவர்கள் விரட்டினாலும் அவன் அதைப் பொருட்படுத்துவதில்லை. இசக்கியின்

அருகில் யாரும் அவனை ஒன்றும் செய்யமுடியாது. இசக்கி ஊரில் இல்லாத நாட்களில் செல்வனே வந்து மாடுகளுக்கு நீர் வைத்து, வைக்கோல் வைத்துவிட்டுச் செல்வான். சில நேரங்களில் மாட்டுக்கொட்டகையிலேயே ஓரமாகப் படுத்துத் தூங்கிவிடுவான். அவனைத் தேடிவர யாரும் இல்லை. சொல்லப்போனால் இசக்கிக்கும் செல்வனுக்கும் காலம் ஒரே மாதிரி ஊர்ந்து நகர்ந்து கொண்டிருக்கும். அந்தக் காலத்தின் பாதையில் அப்படியாக அவர்கள் வாழ்வதைக் கொண்டாடினார்கள் என்றே சொல்லவேண்டும். அந்தக் கொண்டாட்டம் அமைதியாக நிகழ்ந்தது.

கோயில் கொடை தீவிரம் பிடித்திருந்தது. ஏதேதோ வேண்டிக்கொண்டிருந்தனர். சுடலையோ பேச்சியோ ஆடிவருவதை விட இசக்கி ஆடிவருவதை எல்லோரும் எதிர் நோக்கிக்காத்திருந்தனர். அப்படி ஆடி வரும்போது அவள் ஊர்முழுக்கச் சுற்றிவருவாள். எங்கு சென்று வருகிறாள் என்று அறியாதபடிக்கு அவள் கையில் இரத்தக் குடல்களும் ஈரல் துண்டுகளும் நிறைந்திருக்கும். ஆடி ஓடிவந்து அப்படியே சுடலையின் கையில் கொடுப்பாள். சுடலை இசக்கி கொடுப்பதை வயிறார உண்பார். இசக்கிக்கு இது ஒரு கவித்துவ நாடகம். அப்படியே கோயிலின் இடதாகத் தனியே ஓடிச்செல்வாள்.

ஊரின் இடது புறத்தில் ஒரு பெரிய தாமரைக்குளம். அதைத் தாண்டி ஊர்த்தலைவர் பெருமாளின் பெரிய தென்னந்தோப்பு. அதன் முடிவில் பிரிந்து செல்லும் சாலைகளில் வலது சாலையில் ஓடுவாள். பின் அப்படியே வலது முகமாகச் சுற்றி ஓடிவருகையில் இரண்டு மயானங்களையும் தாண்டவேண்டும். பேயாற்றின் பாலத்தைத் தாண்டிவரவேண்டும். நதியில் மிதக்கும் நிலாவைப் பார்க்கும்போதெல்லாம் முத்துவின் நினைவு பீடிக்கும். ஒரு கொள்ளை மூர்க்கம் உடம்பில் நிறையும். கண்ணில் நீர் பொழியும். கால்களில் ஒரு விறைப்பு எழும். நீண்ட தூரம் ஓடிய களைப்பும் மூர்ச்சையும் நிறையும். என்றாலும் நிற்கமாட்டாள். எங்கேயோ கூகையின் குரல் கேட்கும். பக்கத்து ஊரில் இவள் ஓடுவதை அறிந்தது போல நாய்கள் ஊளையிடும். மிகச் சிறிய தூரத்தைக் கடக்க அதிக நேரத்தை எடுத்துக்கொள்வாள். இவள்

ஓடத்தொடங்கிய பின் தான் ஒரு ஆள் தலைவரின் வீட்டிற்குப் போய் இசக்கி ஊர்வலம் சென்றிருப்பதைச் சொல்வான். ‘அவ என்ன குதிரையிலயா போயிருக்கா’, என்று கிண்டலடிப்பான், பெருமாள். பெருமாளின் தென்னந்தோப்பினைக் காவல் காக்கும் மாயாண்டி பெருமாளை அழைத்து, இசக்கி கடந்து போவதைச் சொல்வான். எல்லோரும் அவள் அறியா வண்ணம் பேசிகொள்வார்கள். ‘சிறுக்கி இப்பத்தான் கடந்து போறா பாத்துக்குங்க’, என்றதும் சரி என்றோ, ம் என்றோ ஒற்றை வார்த்தையில் கூடப் பதிலளிக்காமல் ஃபோனைத் துண்டிப்பார். ஏதோ ஒரு எச்சரிக்கை போன்ற பரிமாற்றமாக இருக்கும். மாயாண்டி இருபத்து நான்கு மணிநேரமும் தென்னந்தோப்பினைக் காவல் காப்பான். அவனை அங்கே தான் பார்க்கமுடியும். இசக்கி செக்கச்செவேரென்ற புடவையை அணிந்திருப்பாள். கொஞ்சம் கணுக்காலுக்கு மேலேயே தூக்கியிருப்பது போல கட்டினால் ஓட்டப்பந்தயத்தில் ஓடுவது போல வசதியாக இருக்கும். சாமியாடும் நாட்களில் மட்டும் இரு சிலம்புகளைக் கால்களில் அணிந்திருப்பாள். அவற்றின் சத்தம் விநோதமான ஓசையுடையவை. இரவினை ஊடுருபவை.

கொடை முடியும் நேரத்தில் தான் கவனித்தாள். பெருமாளின் கூடவே இருக்கும் கண்ணனைக் காணவில்லை. இசக்கி எதையோ தேடித் தேடி அலசியும் அவளால் என்னவென்று உணரமுடியவில்லை. பெண்கள் பக்கத்தில் எல்லோரும் தீவிரமான அமைதியில் இருந்தன. அந்த ஒட்டுமொத்தச் சூழலியே எந்தக் குரலும் இல்லை. காலமே சமைந்துவிட்டாற் போன்ற ஒரு திடத்தன்மை. பெருமாள், தன்னுடன் கொண்டுவந்திருந்த வாழைக்குலையையும் கமுகம் பாளையையும் தேங்காய் மூட்டையையும் முன்னிலையில் படைத்திருந்தார். கொப்பரைகளில் வெந்நீர் ஒன்றிலும் நெய் ஒன்றிலும் கொதித்துக் கொண்டிருந்தன. இசக்கி, பெருமாள் படைத்திருந்த கமுகம் பாளையை எடுத்து வெந்நீரில் முக்கியெடுத்ததும் பெருமாளின் முகத்தில் இளித்த புன்னகை ஒன்று எழுந்தது. தன் படையலை இசக்கி ஏற்றுக் கொண்டதாக ஒரு நம்பிக்கை. இசக்கி இந்த முறை பெருமாளுடன் தன் விளையாட்டுகளை நிகழ்த்த

முடிவெடுத்துவிட்டாள். அவள் கண்களில் அவளை அறியாமல் நீர் பெருக்கெடுத்தன. வீட்டுச்சோறு அள்ளி பெண்கள் எல்லோருக்கும் கொடுத்தபின் தான் கமுகம் பாளையைக் கையில் எடுத்து சாமியாடத் தொடங்கியிருந்தாள். பெருமாள் அவள் கண் முன்னாலேயே ஆடாமல் அசையாமல் நின்று கொண்டிருந்தான். ‘சொல்லு, சொல்லு, தென்னந்தோப்ப வித்துருவேன்னு சொல்லு’, என்று கூவினாள் இசக்கி. ‘சரி, பாண்டிபுரம் தென்னந்தோப்ப வித்துரேன் தாயி’, என்று கத்தினான். அவள் தலையிலேயே கமுகம் பாளையால் அடித்தாள். ‘இல்ல, இல்ல. நம்மூர்ல இருக்க தோப்பு’

மறுத்து ஏதோ சொல்லவந்தவன் ‘செய்யுறேன் தாயி’, என்றான்.

‘என்ன சொன்ன இசக்கி. நான் தூங்கிட்டேன். அந்தப் பெருமாளு தோப்புக்குள்ள தையத்தையன்னு குதிக்கிறானாம்’, என்றான் செல்வன்.

‘ஓ, அதுவா. என்ன சொன்னேன்னு எனக்கு எப்படி நினைவிருக்கும். சாமியாட்டத்துல சன்னதமா ஏதாவது சொல்லியிருப்பேனாக்கும்’, இசக்கி சொன்னதும் செல்வன் சிரித்துக்கொண்டே மாட்டுச்சாணத்தை எல்லாம் அள்ளிக் கூடையில் நிறைத்துத் தொழுவத்தில் கொண்டு போய்க் கொட்டிக்கொண்டுவந்தான். கண்ணிமைக்கும் நேரத்தில் கிணற்றில் குதித்து முங்கி எழுந்து படி வழியாக நீர் வழிய ஏறிவந்தான். உரையாடலைத் தொடர்ந்தான். ‘உனக்குத் தெரியாமலா எல்லாம் நடக்குது. என்னைய வேற நம்பச் சொல்லுற. போ’

பால் ஊற்றும் நேரம் வந்துவிட்டதால் குளித்து விட்டு வந்திருக்கிறான். உதடுகள் கிடுகிடுவென்று நடுங்கின.

‘இந்த நரம்பு உடம்போட கெணத்துல குளிக்கனுமா.’

கேட்டாள். அவன் ஏதாவது பதில் சொல்லி மடக்குவான். ‘எனக்குச் சம்பளம் கொடு. அம்மைய பாக்கப்போகனும். என்னவோ எனக்கு அவளப் பாக்கப் போறநாளெல்லாம் மனசு அடியில ஒரு வேதனை வந்துருது இசக்கி. இதுக்கு

ஏதாவது குறி சொல்லேன்”, செல்வனின் முகத்தில் வந்தமர்ந்த வேதனையை உணர்ந்தவளாய், ‘அப்புறம் ஏன் போற?’, இசக்கி சொல்லவும் செல்வன் முறைத்தான். ‘கொலைகாரிய பாக்கப்போறோம்னு நெனைக்கிறியா, செல்வா’. இல்லை என்று தலையசைத்தான். அவன் பார்வை தொலைதூரத்தை எட்டியது. ஏதோ ஆழமாய் யோசித்தவன், ‘அம்மை இப்படி தனியா இருக்கிறது என்னவோ போல இருக்கு. இன்னும் அஞ்சு வருசம் போகனும். என் சித்தப்பா, என் அம்மாவ பாத்துக்குறேன்னு சொல்றாரு. எனக்கென்னவோ அண்ணன் மாதிரி தான தம்பியும் இருப்பான்னு தோணுது’, செல்வன் சொல்லி முடிக்கவும் இசக்கி அமைதியாய் அவனுக்கு ஆறுதல் போல் அவன் அருகில் வந்து குத்தவைத்து அமர்ந்தாள். ‘உன் அம்மைக்கு வெளிய வந்ததும் நல்ல வாழ்க்கை இருக்கு செல்வன். நீ அந்த அகிலா பின்னாடியே சுத்திக்கிட்டு இருந்தியே. அவள கல்யாணம் பண்ணிக்கவேண்டியது தான’.

‘பேச்ச மாத்தாத.’

‘நான் உண்மைய சொல்றேன். நீ தனிமையில வாடுற. உன் அம்மாவுக்குத் துணையா நெறைய பேரு இருக்காங்க. புரிஞ்சுக்கோ’

செல்வன் உண்மையின் பகுதியை உணர்ந்தது போல் மறுவார்த்தை பேசவில்லை. அங்கே ஆங்கில ஆசிரியை ரூத், பால் வாங்க செம்புடன் வந்திருந்தார். உரையாடல் நின்று போயிருந்தது.

மறு நாளே, இசக்கி முன் அகிலாவுடன் செல்வன் வந்து நின்றான். இரண்டு மாலைகள் அவன் கையில் தொங்கிக்கொண்டிருந்தன. ‘இசக்கி, இந்தா இத எங்களுக்குப் போட்டு வாழ்த்து. உன் பேச்சத் தட்டாமக் கேக்கனும்னு நெனைச்சேன்’

இசக்கி அதிர்ச்சியைக் காட்டிக்கொள்ளவில்லை. அதிர்ச்சியோ எந்த உணர்ச்சியுமோ அவளுக்குக் காட்டவருவதில்லை. ஆனால், கேட்டாள். ‘அகிலாவோட அப்பன் வரவேண்டாமா, அந்த ஆளுக்குத் தெரியவேணாமா. போ. நாங்க ரெண்டு பேரும் இங்கயே இருக்கோம். அந்த ஆளக் கூட்டிட்டு வா. போடா’

செல்வன் கொஞ்சம் தயங்கினான். அகிலாவின் கண்களைப் பார்த்துவிட்டு வேகமாக நடந்தான். அவர் இந்த நேரத்தில் எங்கே இருப்பார் என்று செல்வனுக்கு எப்படித் தெரியும். ஊர்க்கோவில் முன் இருக்கும் பெட்டிக்கடைக் கிழவியிடம் கேட்டான். ‘ஆறுமுகத்தப் பாத்தியா’

அவள் எதிர்த்திசையில் கையைக் காட்டினாள். எதிர்த்திசையில் மயானம் தான் இருந்தது. சந்தேகத்துடன் கிழவியையே பார்த்துக்கொண்டிருந்தவள் வாய்முழுக்க, வெற்றிலையைக் குதப்பிக்கொண்டு, ‘இந்தால போ’, என்றாள். செல்வன் நடந்தான்.

மயானத்திற்குள் நுழையும் வழியில் தள்ளாட்டத்துடன் வேட்டியை மடித்துக் கட்ட முயற்சித்துக்கொண்டிருந்தான். காலையிலேயே குடி. மனைவி இறந்தது முதல் இதே வேலை. காலையில் எழுந்து குடிப்பது, நேரே மனைவியின் சமாதியில் வந்து விழுந்து, ‘என்னையும் உன்கூட கூப்பிட்டுக்கோ’, என்று கதறுவது. சிலருடைய வாழ்க்கை, இப்படி ஒரே கயிற்றில் தினம் தினம் நடப்பது என்றாகிவிடுகிறது. செல்வன் ஆறுமுகம் அருகில் சென்று அவன் கையைப் பிடித்தான், இழுத்தான். ஒன்றுமே சொல்லாமல் செல்வனுடன் நடந்து வந்தான் ஆறுமுகம்.

‘இந்தாய்யா, பிள்ளைங்களுக்கு மாலையப் போட்டுவிடு. முதல்ல முகத்தக் கழுவிட்டு வா. போ’

ஆறுமுகத்திற்கு அந்த நிலையிலும் எல்லாம் புரிந்தது. தொழுவத்தில் இருந்த கல்தொட்டியில் நிரம்பியிருந்த தண்ணீரை எடுத்து முகத்தில் தெளித்துக் கழுவிக்கொண்டு தோளில் கிடந்த துண்டால் துடைத்துக்கொண்டு வந்தான். அவன் முகத்தில் மகிழ்ச்சி படர்ந்திருந்ததை உணரமுடிந்தது.

ஆறுமுகம் மாலையை இருவர் கழுத்திலும் போட, இருவரும் மாலையை மாற்றிக் கொண்டார்கள். ஆறுமுகம், குடிபோதையில் செல்வனைக் கட்டி அணைத்துக் கண்ணீர் விட்டான். அகிலா, ‘அப்பா, அப்பா’, என்று உணர்ச்சிவயப்பட்டுக் கரைந்தாள். இசக்கி, செல்வனைக் கோழி ஒன்று பிடித்துவரச்சொல்லி

அதை அடித்துச் சமைத்தாள்.

அகிலா, அம்மியில் மசாலா அரைத்துக் கொண்டிருந்தாள். இசக்கி கோழிக் கறியை நறுக்கும்போது செல்வன் கேட்டான். ‘கோழி எங்கப் பிடிச்சேன்னு கேக்கல நீ’, என்றதும், ‘திங்கள் மார்க்கெட்டுக்குப் போயிருப்ப’, என்று சொல்லிவிட்டு அவனையே பார்த்துக் கொண்டிருந்தாள். ‘பெருமாள் தோப்புல போய் மாயாண்டிக்கிட்டக் கேட்டேன். அவன் தான் அங்க மேயுற கோழியில ஒன்னக் கொடுத்தான்.’, என்று சொன்னவன், ‘இசக்கி, ஒரு தடவ நீ அங்கப் போய்ப் பாரேன். அங்க என்னவோ எல்லாமே தப்பா இருக்கு’, என்று சொல்லிவிட்டு மசாலா அரைத்துக் கொண்டிருந்த அகிலாவின் அருகில் அமர்ந்து அவள் பார்வைகளுக்கு இரை வழங்கத் தொடங்கினான்.

மழை அடித்துப் பெய்துகொண்டிருந்தது. இசக்கி தன்னுடைய நகங்களைக் கடித்தபடி அந்தத் தென்னைமரத்தின் அடியில் காத்துக்கொண்டிருந்தாள். அங்கு நின்று பார்த்தால் அந்த அறையில் என்ன நடக்கிறது என்பதை அறிந்துகொள்ளமுடியும். மாயாண்டி அந்த மழையினூடே கிணற்றிலிருந்து நீர் இறைத்துக் குளித்துக் கொண்டிருந்தான். அறை இருட்டாய் இருந்தது. அவன் குளித்துவிட்டுக் கதவைத் திறந்து உள்ளே போனதும் விளக்கை எரிய வைப்பான் என்று எண்ணி இசக்கிக் காத்திருந்தாள். ஊர் ரகசியங்கள் நூறு உண்டு. பெருமாள் கேவலமானவன். அவனுடைய அப்பா பெருமாளைவிடக் கேவலமானவன். பெருமாளின் மகன் இவர்கள் இருவர்களை விடக் கேவலமானவன். இசக்கி இந்தத் தோப்பை விற்றுவிடு என்று சொல்லியும் இன்னும் இந்தத் தோப்பை எதுவும் செய்யமுடியாமல் பெருமாள் திணறிக்கொண்டிருந்தான். முதலில் அவ்வளவு பெரிய தோப்பை அந்த ஊரில் யாரால் விலைக்கு வாங்கமுடியும்.

மாயாண்டி குளித்துவிட்டு, நேரே அந்த அறையை நோக்கி நடந்தான். அவனுக்கு எப்படி இந்த இருட்டிலும் பார்வை தெரிகிறது என்று வியந்தவள், காலகாலப் பழக்கம் தான் என்று தனக்குத் தானே சமாதானம் செய்து கொண்டாள்.

மாயாண்டி, உள்ளே சென்றதும் விளக்கை எரியவைத்துவிட்டுக் கதவைச் சாத்திக்கொண்டான். இசக்கி மெல்ல நடந்து அந்த அறையின் ஒரு பக்கம் இருக்கும் சாளரம் வழியாக உள்ளே பார்த்தாள். சுதா உள்ளே கட்டிப்போடப்பட்ட நிலையில் குப்பைக் கூளத்தில் ஒருத்தியாகத் தரையில் கிடந்தாள். அவள் புடவை அங்குமிங்கும் விலகிக் கிடந்தன. மாயாண்டி, அவள் இருந்த உணர்வே சற்றும் இல்லாமல் தன் உடையை மாற்றினான். ஒரு பாத்திரத்தில் கஞ்சியை எடுத்து வந்து அவள் அருகில் வைத்துவிட்டு, அறையின் இன்னொரு மூலையில் கிடந்த பெஞ்சில் சென்று அமர்ந்துகொண்டு அவளையே பார்த்துக் கொண்டிருந்தான். எதையோ உணர்ந்துவிட்டவன் போல சன்னல் பக்கம் திரும்பினான். இசக்கி மூச்சடக்கி அங்கேயே நின்று இருட்டிலிருந்து அவனையே பார்த்துக் கொண்டிருந்தாள். அவனும் இசக்கி இருந்த திசையிலேயே பார்த்துக் கொண்டிருந்தான். மாயாண்டி அறையின் கதவைத் திறந்து மழையில் நனைந்தபடியே அறையின் பின்பக்கம் சாளரம் இருந்த இடத்திற்கு வந்தான். யாருமில்லை என்றதும் தோப்பினூடே சுற்றும்முற்றும் பார்த்தாள். இந்த மழையில் இந்த இருட்டில் இந்தத் தொலைவில் யார் வரக்கூடும்.

இசக்கி அங்கிருந்து நகர்ந்த கொஞ்ச நேரத்தில், கண்ணன் காரில் தோப்பிற்குள் வந்தான். காரை நிறுத்திக் குடையைப் பிடித்தபடியே அறைக்குள் வந்தான். இசக்கி தான் மறைந்து நின்ற பலா மரத்திலிருந்து வெளிப்பட்டு அறையின் அருகில் வந்து நின்றாள்.

‘என்னய்யா பண்றது’

‘வீட்டுலயே கொண்டு போட்டுரு. இங்க இருந்தா செத்துப்போயிரும்’

கண்ணன் யோசித்தான். சுதாவின் அருகில் சென்று குனிந்து அவள் கன்னங்களை இருபுறமும் தட்டினான். சுதா சுய உணர்வு இன்றி இருந்தாள்.

‘அந்த டாக்டர் மாதவனக் கூப்பிட்டியா’

‘ஆமா. அவரு இனி வரமாட்டேன்னுட்டாரு. வேணும்னா இவள அவரோட ஹாஸ்பிடலுக்குக் கூட்டிட்டுவரச்சொன்னாரு’

கண்ணன், மாயாண்டியையே பார்த்துக்கொண்டிருக்க, ‘இல்ல, இசக்கிய நினைச்சா பயமாயிருக்கு. அவ சொன்ன மாதிரியே ஆச்சு. என் பொண்ணு ஓடிப்போயிட்டான்னு கதறுறாரு’

கண்ணன் பெருமூச்சுவிட்டான்.

‘கொன்னுரலாமா’

மாயாண்டி அலட்சியமாய் எதிர்ப்பக்கம் நடந்து சுவரில் மாட்டியிருக்கும் தன் சட்டையை எடுத்து உதறி அணிந்தபடியே சொன்னான்.

‘முட்டாள் தனமா ஏதாவது செஞ்சேன்னா, உன் அப்பாவும் நீயும் சேந்து கம்பி எண்ண வேண்டியிருக்கும். எனக்கென்னவோ இவ பொழைச்சிக்குவான்னு தோனுது. கார எடுத்துட்டு வாசப்பக்கத்துல வந்து நிறுத்து. ரெண்டு பேரும் சேந்து அவளக் கார்ல தூக்கிப் போட்டுரலாம். நீ அவள ஹாஸ்பிட்டலுக்கு எடுத்துட்டுப். போ’

‘அப்ப நீ’

‘நான் இந்தத் தோப்ப வுட்டுட்டு வந்தேன்னு வச்சிக்க உன் அப்பா என்னைய பொலி போட்டுருவாரு. எல்லா ரகசியமும் இந்தத் தோப்புக்குள்ள தான் இருக்கு. இதுக்கு இடையில, அந்த இசக்கி என்ன சொன்னா தெரியுமில்ல. சபிக்கப்பட்ட தோப்பு’, மாயாண்டி சொல்ல எரிச்சல் பட்டான் கண்ணன்.

‘நீ உன் வாய வச்சிக்கிட்டுக் கொஞ்சம் சும்மா இரேன்’

கண்ணன் சுதாவைக் காரில் ஏற்றிச் செல்லும் வரை இசக்கி நகரவில்லை. மழை ஓயவில்லை. மாயாண்டி, தோப்பிலிருந்து மேடேறும் இடத்தில் இசக்கி ஏறி நடப்பதைப் பார்க்கத் தவறவில்லை. சிறிய தெருவிளக்கு ஒளியில் அவள் மட்டுமே இந்த நேரத்திற்கு இந்த மழைக்கு இப்படி எங்கேயும் உலவ முடியும். மாயாண்டி பீடியைப் புகைத்தபடியே தனக்குள் எண்ணிக்கொண்டான். ‘இதுவரை தான் ஒன்றுமே

செய்ததில்லை. எந்தப்பெண்ணையும் தொட்டதில்லை. இந்தப் பெருமாளும் கண்ணனும் செய்யும் தவறுகளை எல்லாம் தன் தலையில் போட்டுவிடுவார்களோ என்ற பயம் தான் இந்தத் தோப்பிலேயே அவனை இருக்கச்செய்கிறது. ஏதாவது மலையில் ஏறி சாமியாராய் வாழலாம் என்ற எண்ணம் கூட அவனை வெகுவாக ஆழ்த்துகிறது. இசக்கியிடமிருந்து இவர்கள் தப்பிக்கவே முடியாது.

இசக்கி சாமியாடி குறி சொல்வதையெல்லாம் அவரவர் நிறைவேற்றுவதில் தான் மும்முரமாக இருப்பார்கள். ஊருக்கே ஒவ்வொருவரும் என்ன செய்யவேண்டும் என்று அறிந்து வைத்திருப்பார்கள். எல்லோரும் முடி எடுக்கவேண்டும், பத்து நாள் விளக்கேற்றவேண்டும் என்று வேண்டல் சொன்ன இசக்கி, தனக்கு மட்டும் இப்படித் தோப்பை விற்றுவிடச் சொன்னது பெருமாளுக்கு விளக்கமுடியாத குழப்பத்தையும் பதற்றத்தையும் கொடுத்தது. ஓராண்டு ஆகப்போகும் நிலையிலும் தன்னால் எதையும் செய்யமுடியவில்லையே என்று பெருமாள் தன்னைத்தானே நொந்துகொண்டான். இந்த நிலையில் கண்ணன் வேறு ஏதேனும் பிரச்சனையை இழுத்து வந்துவிடுகிறான். சுதாவின் அண்ணன் வேலும் அவளைத் துன்புறுத்தியதைப் பெரிய வழக்காக்கிவிட, நீதிமன்றத்திற்கும் வீட்டிற்குமாய் அலைந்து அலைந்து அவர்கள் குடும்பமே அல்லலுறும் நிலையில் அடுத்த ஆண்டு கொடையும் வந்துவிட்டது. ஊரெங்கும் ஒலிபெருக்கிகள் தெருக்கம்பங்களில் ஏற்றி வைக்கப்பட்டு இசக்கியின் கதையை வில்லுப்பாட்டாக்கிப் பாடிக் கொண்டிருக்கிறாள், வில்லுப்பாட்டு பாடகி பாணினி.

பெருமாள் இரவெல்லாம் குடித்தான், பகலெல்லாம் வருவோர் போவோரிடம் தன் நிலையைச் சொல்லி அழுதான். கண்ணனுக்குச் சமீபத்தில் பிறந்திருந்த குழந்தைக்கு மூளை வளர்ச்சி இல்லை என்று சொல்லிய டாக்டர் மாதவனிடம் ஏதாவது செய்து அவனைக் காப்பாற்றுங்கள் என்று யாரும் இல்லாத நேரத்தில், காலில் விழுந்து கெஞ்சினான் பெருமாள்.

இசக்கி அலைபாய்ந்து கொண்டிருந்தாள். கொடைக்குப் பத்து

நாட்கள் இருக்கும்போதே, தன் நோன்பைத் தொடங்கிவிட்டாள். அவளுடைய மாடுகளைச் செல்வனிடமும் அகிலாவிடமும் ஒப்படைத்துவிட்டாள். குளத்தில் முங்கி எழுந்து மூர்க்கமாய் ஊரைச் சுற்றிவந்து கோயில் வளாகத்தில் சமைத்துக் கொடுக்கும் உணவை வாழையிலையில் போட்டு உண்டு அங்கேயே உறங்கிக் கிடந்தாள். 'என் முத்து தான் என் சுடலை', என்றாள்.

'எப்படியோ சாகடிச்சிட்ட', என்று அவளுடைய மனம் சொல்ல இரவில் அழுதாள். தாமரைக்குளம் வரை சென்று வரலாம் என்று கால் போனப் போக்கில் நடந்தவள் யாரோ அந்த நேரத்தில் தாமரைக்குளத்தில் முங்கி முங்கி எழுவது விசித்திரமான நிகழ்வாக இருந்தது. தாமரைக்குளத்தின் கரையில் இருக்கும் ஆலமரத்தின் அடியில் சிலையொடு சிலையாகச் சென்று இசக்கி அமர்ந்து கொண்டாள். கண்ணன் தான். போதை மிகுதியில் வந்து தாமரைக்குளத்தில் முங்கி எழுந்து செல்கிறான் என்று தெரிந்ததும் அங்கிருந்து நகர்ந்துவிட்டாள்.

தோப்பினூடே நகரந்த போது, மாயாண்டியின் அசைவுகளைப் பார்த்தாள். மயானத்தைக் கடந்து போகையில் அன்று தான் மரித்திருந்த பாண்டியன் தாத்தாவின் உடல் அடக்கம் செய்யப்பட்ட இடத்தில் வெட்டியான் அமர்ந்து சித்தனைப் பாடிக்கொண்டிருந்தான். இசக்கி, திமுதிமுவென்று வெறிகொண்டது போல ஊரைச் சுற்றிச் சுற்றிவந்தாள். மறு நாள் சாமியாடவேண்டும். அவள் மனம் சலனங்களால் நிறைந்திருந்தது. செல்வனைத் தேடிப் போனாள். ஏதும் பேசாமல் மாடு ஒவ்வொன்றையும் தடவிக்கொடுத்துக் கொண்டு அவற்றுடன் பேசிக்கொண்டு நின்றிருந்ததைப் போல் தெரிய, செல்வன் அவள் அருகில் சென்றான்.

'ஏதாவது செய்யனுமா இசக்கி'

இசக்கி அமைதியாக இருக்க, செல்வன் 'நீ சரியில்ல. உன்னைய நீயே ரொம்ப வருத்திக்கிற. அகிலா மாசமா இருக்கா. மாட கவனிக்கிறதா அகிலாவ கவனிக்கிறதான்னு தெரியாம அவ்வளவு வேலை. மாட விக்கவும் மனசு இல்ல. என் அம்மைய போய் பாக்குற தேதி வந்துருச்சி. நீ வேற திமிறிக்கிட்டுத் திரியற.

கொஞ்சமாவது அடங்கிப் போயேன். எல்லா ஊர்லயும் நடக்குற கொடுமை தான், நம்ம ஊர்லயும்.'

இசக்கி செல்வனை ஒரு கணம் பார்த்துவிட்டு அங்கிருந்து வேகமாகக் கோயிலை நோக்கி நடந்தாள். சாலையில் இசக்கி நடந்தால் போவோர் வருவோரெல்லாம் வழிகொடுத்து ஓரமாய்த் தலைகுனிந்து நின்று விலகிச் செல்வார்கள். இசக்கி வெறுங்கால்களால் உக்கிரமாகத் திரிந்தாள். உணவு சமைத்துக் கொடுக்கும் கமலத்திடம் மீண்டும் மீண்டும் உணவு சமைத்துக் கொடுக்கச் சொன்னாள். இசக்கி, தான் என்ன செய்யப்போகிறோம் என்பதை அறிந்துகொண்டதும் இந்தப்பதற்றம் சூழ்கிறது என்பதை அறிந்துவிட்டதாலோ என்னவோ செல்வன் நிலைகுலைந்து போனான். அகிலாவைத் தனியே உறங்கவிட்டு, நேரே கோயிலுக்கு வந்து இசக்கி பார்வையில் படும்படி ஒற்றைச் சுவர் மீது படுத்துக் கொண்டான். நிலவு கனிந்து கொண்டிருந்தது. இன்னும் இரண்டு நாட்களில் இசக்கி சாமியாடி வருவாள். தன் மனைவிக்குச் சுகமாய்ப் பிரசவம் ஆகவேண்டும் என்று தன்னுடைய வேண்டுதலாய் இசக்கியிடம் முன்வைக்கவேண்டும் என்று எண்ணியபடியே தூங்கிவிட்டான். சட்டென்று நடு நிசியில் விழித்து பார்த்தபோது, இசக்கி இருந்த இடத்தில் அவளைக்காணவில்லை. 'நடுநிசி இசக்கி இவ', தனக்குத்தானே சொல்லியவன் கோயிலை விட்டு விலகிச் சென்று சிறுநீர் கழித்து வந்தான். கூகையின் சத்தமும் சில்வண்டுகளின் சத்தமும் இரவை உயிர்ப்பிக்க, அகிலாவின் நினைவு இழுக்க வீட்டை நோக்கி நடந்தான்.

சாமியாடி வந்த இசக்கி, இரண்டு ஆடுகளைப் பலிகொடுத்து ஊருக்கு விருந்து கொடு என்று செல்வனுக்குச் சொன்னாள். செல்வனும் நிறைமாத அகிலாவும் தலையசைத்தனர். சாமியாடத் தொடங்கும்போதே நடு இரவு பன்னிரண்டு மணியாகியிருந்தது. ஊரேறிச் சென்றாள் இசக்கி. எல்லோரும் இசக்கி திரும்பி வரும் வரை மௌனம் காத்து கொடைச் சாப்பாட்டிற்காகக் காத்திருந்தனர். இசக்கி, குளத்தைத் தாண்டித் தோப்பினையும் தாண்டி நடைபோட்டாள். அங்குமிங்கும் அலைபாய்ந்தாள். நிலாவின் வெள்ளொளி பித்தமூறச் செய்தது.

இசக்கி தன்னுடைய கால்கள் நிலம் அதிர நடந்தாள். ஏதோ மனதெல்லாம் ஊசலாட்டம் போல இரத்தப்பாய்ச்சல். மனம் பலி, பலி என்று அலறியது. நேரே தோப்பிற்குள் நுழைந்தாள். இரும்புக்கம்பிகளாலான வேலியை விரித்து இடைவெளியைப் பெரிதாக்கி உள்ளே நுழைந்தாள். கண்ணன் அறைக்குள்ளிருந்து வெளியே வந்தான். அவன் நேரே கோயிலுக்குத்தான் செல்லவேண்டும் அவன் ஒரு கையில் வாழைக்குலையும் இன்னொரு கையில் கமுகம் பாளையும் இருந்தன.

இசக்கி நிலவொளி தன் மீது விழாதபடிக்கு ஒரு மாமரத்தின் நிழலில் தட தடவென்று தன் கால் மாற்றி அலைந்து கொண்டே இருந்தாள். கண்ணன், வாழைக்குலையையும் கமுகம் பாளையையும் தரையில் வைத்துவிட்டு மாயாண்டியைப் பார்த்துக் கேட்டான்.

‘இசக்கி கடந்து போயிட்டாளா’

‘இன்னும் இல்லன்னு நினைக்கிறேன். பாக்கலை’

கண்ணன் இருளில் மறைந்து சிறு நீர் கழித்தான். அவன் அறையைச் சுற்றி அந்த மாமரத்தின் வழியேதான் அறைக்குச் செல்லமுடியும். இசக்கி அவனைத் தரையுடன் அழுத்தி வயிற்றைக் கிழித்தாள். அவன் கத்தவில்லை. அவளை அங்கே பார்த்த அதிர்ச்சியில் அவன் அச்சம் பெரிதாகி அவன் தொண்டையை அடைத்திருந்தது. அவள் உடலெல்லாம் இரத்தத்தெறிப்பு. மாயாண்டி அறையைப் பூட்டிவிட்டு இனி கிளம்பிவிடலாம் என்று எண்ணியவன்போல, தன் சட்டையை எடுத்து மாட்டிக்கொண்டு கிளம்பினான். கிளம்பும்போது அவன் அங்கிருந்து தெரியும் தாமரைக்குளத்தைப் பார்த்தபடியே நின்றான். இசக்கி நடுக்குளத்தில் இறங்கிக் கொண்டிருந்தாள். இறங்கி நெடு நேரம் ஆகியும் அவள் வெளியே வரவில்லை. தாமரைக்குளத்தின் வெள்ளி வளையங்கள் விரிந்து விரிந்து பெரிதாகிக் கரையில் மோதின. நீண்ட நேரம் மாயாண்டி அப்படியே பார்த்திருந்து விட்டு மெல்ல நடந்து தோப்பினை விட்டு வெளியேறி பேருந்து நிலையம் இருக்கும் அடுத்த ஊரை நோக்கி நடந்து கொண்டே இருந்தான்.

## குட்டி ரேவதி

பாளையங்கோட்டை அரசினர் சித்த மருத்துவக் கல்லூரியில் சித்தமருத்துவத் துறையில் மருத்துவப்பட்டம் வென்றிருக்கிறார்.

*பூனையைப் போல அலையும் வெளிச்சம்* (2000), *முலைகள்* (2002), *தனிமையின் ஆயிரம் இறக்கைகள்* (2003), *உடலின் கதவு* (2006), *யானுமிட்ட தீ* (2011), *முத்தத்தின் அலகு* (காதல் கவிதைகளின் தொகுப்பு, 2011), *மாமத யானை* (2012), *இடிந்த கரை* (2012), *அகவன் மகள்* (2013), *காலவேக மதயானை* (2016), *அகமுகம்* (2017), *மூவாமருந்து* (2019) ஆகிய கவிதை நூல்களை எழுதியுள்ளார். இந்தக் கவிதைகள் இரண்டு தொகுதிகளாகவும் வெளிவந்துள்ளன. *“முள்ளிவாய்க்காலுக்குப் பின்”*, (ஈழத்திலிருந்து புலம்பெயர்ந்த கவிஞர்களின் ஈழ இனப்படுகொலை பற்றிய நினைவுக் கவிதைகள், 2011) என்ற தொகுப்பையும் வெளியிட்டிருக்கிறார். UK Southbank Centre நிறுவனம் தேர்ந்தெடுத்த சென்ற நூற்றாண்டின் சிறந்த ஐம்பது காதல் கவிதைகளில் இவரது *முலைகள்* கவிதையும் ஒன்று.

*நிறைய அறைகள் உள்ள வீடு* (2013), *விரல்கள்* (2018) ஆகிய சிறுகதை நூல்களை வெளியிட்டிருக்கிறார். *காலத்தைச் செரிக்கும் வித்தை*, (தமிழ்ப் பெண்ணிய விவாதங்களை முன்வைக்கும் கட்டுரைகள், 2010), *நிழல் வலைக்கண்ணிகள்*, சாதியையும் பாலியலையும் ஆராயும் பெண்ணியக் கட்டுரைகள், 2011), *ஆண் குறி மையப் புனைவைச் சிதைத்த பிரதிகள்*, (தமிழ் நவீனப்பெண் கவிஞர்களின் கவிதைகள் குறித்த மீளாய்வுக் கட்டுரைகள், 2011) ஆகிய நூல்களை எழுதியிருக்கிறார்.

கல்லுடைக்கும் தொழிலாளர்களின் உரிமைகளைப் பேசும் *கல் மனிதர்கள்* என்ற முழுநீள ஆவணப்படத்தை இயக்கியிருக்கிறார். ஆஸ்கர் விருது வென்ற இசையமைப்பாளர் ஏ.ஆர்.ரஹ்மான் அவர்களின் *இரசாயன ரோஜாக்கள்* இசை ஆல்பத்தில் பாடல்கள் எழுதியிருக்கிறார். *மரியான்*, *அருவி* எனத் தொடர்ந்து, திரைப்படங்களுக்குப் பாடல்கள் எழுதிவருகிறார். *சிறகு*, (2019) என்ற முழுநீளத் திரைப்படத்தை First Copy Productions மாலா மணியன் தயாரிப்பில், இயக்கியிருக்கிறார்.

பெண்ணியம், சாதிய மறுப்பு, மனித உடல் கருத்தாக்கங்கள், பௌத்தம், திரைவெளி ஆகியவை இவரது மையச் செயல்பாட்டு வெளிகளாகும்.

www.ingramcontent.com/pod-product-compliance
Ingram Content Group UK Ltd.
Pitfield, Milton Keynes, MK11 3LW, UK
UKHW042016190726
13854UKWH00005B/2305